അവിശ്വാസിയുടെ പ്രണയരേഖ

aviswasiyude pranayarekha
stories

•

louis thykkattil

•

first edition
november 2009

•

typesetting & published
chintha publishers, thiruvananthapuram

•

printed
akshara offset, thiruvananthapuram

•

cover
black mole

വിതരണം

ദേശാഭിമാനി ബുക്ക് ഹൗസ്

H O തിരുവനന്തപുരം–695 001

ബ്രാഞ്ചുകൾ

ദേശാഭിമാനി റോഡ് തിരുവനന്തപുരം • ഓവർബ്രിഡ്ജ് തിരുവനന്തപുരം • കെ എസ് ആർ ടി സി ബസ് സ്റ്റേഷൻ ആലപ്പുഴ • കെ എസ് ആർ ടി സി ബസ് സ്റ്റേഷൻ എറണാകുളം • ഐ ജി റോഡ് കോഴിക്കോട് • മാവൂർ റോഡ് കോഴിക്കോട് • എൻ ജി ഒ യൂണിയൻ ബിൽഡിങ് കണ്ണൂർ • സെൻട്രൽ ബസ് ടെർമിനൽ കോംപ്ലക്സ് താവക്കര കണ്ണൂർ • മച്ചിങ്ങൽ ലെയ്ൻ തൃശൂർ

CO - 1401 / 2386

അവിശ്വാസിയുടെ പ്രണയരേഖ

കഥകൾ

ലൂയിസ് തൈക്കാട്ടിൽ

ചിന്ത പബ്ലിഷേഴ്സ്
തിരുവനന്തപുരം-695 001
വില : 40.00 രൂപ

ലൂയിസ് തൈക്കാട്ടിൽ

1964–ൽ തൃശൂരിൽ ജനനം. ധനതത്വശാസ്ത്രത്തിൽ ബിരുദവും ലൈബ്രറി സയൻസിൽ മാസ്റ്റർ ബിരുദവും നേടി. ഗവ. മെഡിക്കൽ കോളേജ് തിരുവനന്തപുരം, കളമശ്ശേരി പോളിടെക്നിക്, കോളേജ് ഓഫ് എഞ്ചിനീയറിങ് തിരുവനന്തപുരം എന്നിവിടങ്ങളിൽ ലൈബ്രേറിയനായിരുന്നു. ഇപ്പോൾ സെക്രട്ടേറിയറ്റ് സെൻട്രൽ ലൈബ്രറിയിൽ ലൈബ്രേറിയൻ. ആനുകാലികങ്ങളിൽ കഥകൾ എഴുതാറുണ്ട്.

ഭാര്യ : ആനിതോമസ് (കേരള യൂണിവേഴ്സിറ്റി)
മക്കൾ : ഡാനി, ഡെന്നീസ്
വിലാസം : തൈക്കാട്ടിൽ വില്ല
തിരുനഗർ, പാങ്ങപ്പാറ തപാൽ
തിരുവനന്തപുരം – 695081
ഫോൺ: 0471–2594342

ഉള്ളടക്കം

നിന്റെ രണ്ടാം ജന്മത്തിന് ...

ഓഫീസിലിരുന്ന് പർച്ചേസ് ഫയലുകൾ നോക്കുന്നതിനിടയിലാണ് എസ്റ്റാബ്ലിഷ്മെന്റിലെ തിലകൻ ആ കാര്യം ഓർമിപ്പിച്ചത്. രാജിയുടെ കല്യാണം ഇന്നാണ്. മേശവലിപ്പിൽ നിന്നും അവൾ അയച്ചുതന്ന ക്ഷണ പത്രിക എടുത്തു വായിച്ചു. "കുമാർ നിങ്ങൾ തീർച്ചയായും വരണം. എന്റെ രണ്ടാം ജന്മത്തിന്". നല്ല വടിവൊത്ത അക്ഷരത്തിൽ അവൾ പത്രികയുടെ അവസാനത്തിൽ എഴുതിയിരുന്നു.

മോഹനന്റെ വീടിന്റെ ഗേറ്റ് പാതി തുറന്നു കിടന്നിരുന്നു. മുറ്റം നിറയെ കരിയിലകൾ. മാവിൽ നിന്നും താഴെ വീണു കിടക്കുന്ന പാതി കൊത്തിതിന്ന മാമ്പഴങ്ങൾ. കറുത്ത് മിന്നി തിളങ്ങിയിരുന്ന പൂമുഖത്തറയ്ക്കിന്ന് ചാരനിറം. വീടിന്റെ അരികിലൂടെ ഞാൻ നടന്നു. കാലിയായി കിടക്കുന്ന തൊഴുത്ത്. അടുത്തകാലത്തൊന്നും വെള്ളം കോരിയതിന്റെ ലക്ഷണങ്ങൾ കിണറ്റിൻകരയിൽ കണ്ടില്ല. തുറന്നു കിടന്ന ഒരു ജനൽ പാളിയിലൂടെ വീടിനകത്തേക്കു നോക്കി. ഒന്നും വ്യക്തമല്ല. പറമ്പിൽ തെങ്ങുകളും കവുങ്ങുകളും പലതും തലപോയി നിൽക്കുന്നു. വഴിപോക്കർ സ്ഥിരമായി പോകുന്നതിന്റെ ലക്ഷണങ്ങൾ. പറമ്പിൽ കുട്ടികൾ ക്രിക്കറ്റു കളിക്കുന്നു. എന്നെ കണ്ടപ്പോൾ അവർ ആദ്യമൊന്നു സംശയിച്ചു. പിന്നെ കളി തുടർന്നു. മാവിനപ്പുറത്തെ മൺകൂനകൾ അവിടെ തന്നെയുണ്ട്. ബാറ്റ്സ്മാന്റെ ഊക്കനടിയിൽ പന്ത് മൺകൂനയിൽ കയറിയിറങ്ങി. ഫീൽഡർമാരിൽ ഒരുവൻ ഓടി മൺകൂനയിൽ ചവുട്ടിക്കയറി പന്തെടുത്തു. പെട്ടെന്ന് എന്റെ ഉള്ളൊന്നു പിടഞ്ഞു. അടിയിൽ മോഹനൻ ഉറങ്ങുന്നുണ്ട്!

"എന്താ കുമാർ ഇന്നിവിടെ?" തൊട്ടു പിന്നിൽ ചിരിച്ചുകൊണ്ട് മോഹനൻ.

"ഓ വെറുതേ."

"അതുകൊള്ളാം വെറുതേ ആരെങ്കിലും ശവക്കുഴിയുടെ അരികിൽ ഇരിക്കുമോ?"

"ഇരുന്നാൽ എന്താ കുഴപ്പം വല്ലതും ഉണ്ടോ?"

"കുഴപ്പമുണ്ടോ ഇല്ലയോ എന്നതല്ല പ്രശ്നം മറ്റുള്ളവർ കണ്ടാൽ നിനക്കു വട്ടാണെന്ന് കരുതും" – ഞാനൊന്നു ചിരിച്ചു.

"അതൊക്കെ പോട്ടെ നിന്നെ കല്ല്യാണത്തിനു കണ്ടില്ലല്ലോ? ഞാൻ പോയിരുന്നു കേട്ടോ, രാജി നിന്നെ ക്ഷണിക്കാൻ...."

"മറന്നില്ല എനിക്കും ക്ഷണമുണ്ടായിരുന്നു. പക്ഷേ നിന്നോട് ചോദിക്കാതെ......"

"നിനക്കൊരു മാറ്റവുമില്ല. എടാ ഞാൻ തന്നെയല്ലേ നീ."

"മോഹനാ, ഞാൻ നിന്നോട് നീതിപുലർത്തി എന്നുതന്നെയല്ലേ നീ ഇപ്പോഴും വിശ്വസിക്കുന്നത്?"

"നീയെന്തിനാ ഇത്ര സെന്റിമെന്റലാകുന്നത്?" മോഹനൻ പെട്ടെന്നെന്നെ കെട്ടിപിടിച്ചു. അവന്റെ ശരീരത്തിന്റെ തണുപ്പ് എന്നിലേക്ക് പടർന്നു.

എന്റെ പുറത്ത് തട്ടിക്കൊണ്ട് അമ്മയുടെ മൺകൂനയിലേക്ക് മോഹനൻ ഇറങ്ങിപ്പോയി. അച്ഛൻ രാഘവൻ നായർ തൊട്ടടുത്തു തന്നെ ഉറങ്ങുന്നുണ്ട്. (അതോ വിശ്രമിക്കുന്നതോ).

ഈ പുസ്തകം ഞാൻ മോഹനനു വേണ്ടി മാറ്റി വച്ചിരിക്കുകയാണ്. മറ്റാർക്കും ഇതു കൊടുക്കാൻ കഴിയില്ല. ഈ വായനശാലയിലെ ഏറ്റവും മികച്ച വായനക്കാരൻ അവനാണ്. ആഴ്ചയിൽ രണ്ടും മൂന്നും പുസ്തകങ്ങൾ മാറ്റിയെടുക്കുന്നവൻ. വരിസംഖ്യ കൃത്യമായി നൽകുന്നവൻ. സമകാലീന പ്രശ്നങ്ങളെക്കുറിച്ച് നന്നായി സംസാരിക്കുന്നവൻ. രാത്രി എട്ടു മണിവരെ വായനശാല തുറന്നിരിക്കും. എട്ടുമണിക്കു ശേഷം ഞങ്ങൾ വെറുതേ നടക്കാൻ തുടങ്ങും.

പത്താമത്തെ വയസിൽ മോഹനന് അമ്മയെ നഷ്ടമായി. പാലൂറി വന്ന മുലകളിൽ അർബുദം ആഞ്ഞു കൊത്തി. രാഘവൻ നായർ മകനു വേണ്ടി മാത്രം ജീവിച്ചു.

കുമാർ എനിക്കു ക്യാൻസറാണ്. – ഞാനൊരു നല്ല സിനിമ കണ്ടു എന്നുപറയുന്ന ലാഘവത്തോടെ മോഹനൻ അന്ന് എന്നോടു പറഞ്ഞു. ഞാനും സമ്മതിച്ചു കൊടുത്തു.

ശരിയാണ് മോഹനാ നീ ക്യാൻസർ രോഗിയാണ്. ശരിയായ രക്താർബുദം. എല്ലാ അർബുദങ്ങളും ഒന്നു തന്നെ. മരണത്തെ മാത്രം കൂട്ടുപിടിക്കുന്നവ. എനിക്ക് ആ ദിവസം ഉറങ്ങാൻ കഴിഞ്ഞില്ല. ഇടയ്ക്കിടയ്ക്ക് എണീറ്റ് ലൈറ്റിട്ടു. മേശപ്പുറത്ത് കുൽദീപ് നയ്യാരുടെ *ജഡ്ജ്മെന്റ്* ഇരിക്കുന്നു. ഭാരതാംബയുടെ അർബുദകാലഘട്ടം.

"മോഹനാ..."

"എന്താ അച്ഛാ"

“നിന്നോടൊരു കാര്യം പറണംച്ച്ട്ട് കൊറച്ച് ദെവസമായി”

“അച്ഛന് പറയാലോ”

“നിയൊരു പെണ്ണുകെട്ടണം” – തനിക്ക് ക്യാൻസറാണെന്ന് അറിഞ്ഞിട്ടും ഒരു ഭാവഭേദവും കാണിക്കാത്ത മോഹനൻ ഇപ്പോഴാണ് ശരിക്കും ഞെട്ടിയത്.

“അച്ഛാ എനിക്ക്...”

“ഒക്കെ നിക്കറിയാം. ന്നാലും നമ്മടെ കുടുംബം...” നിസ്സഹായനായ ആ സാധുവിന്റെ മുഖത്തു നോക്കി മോഹനനെന്നല്ല നിങ്ങൾക്കാർക്കെങ്കിലും എതിർത്തു പറയാനൊക്കുമോ?

വായനശാല തുറക്കാൻ ചെന്നപ്പോഴേ ഞാൻ മോഹനനെ കണ്ടു. അവൻ പരിക്ഷീണിതനായി കാണപ്പെട്ടു. അന്ന് അവൻ കാര്യമായി ഒന്നും സംസാരിച്ചില്ല. എട്ടു മണിക്കു ശേഷമുള്ള ഞങ്ങളുടെ നടത്തവും നിശ്ശബ്ദമായിരുന്നു. വയലിനോട് ചേർന്നുള്ള കൽക്കെട്ടിന് പുറത്ത് ഞങ്ങൾ ഇരുന്നു.

“കുമാർ നീ എന്തെങ്കിലും ഒരു വഴി പറഞ്ഞുതാ”

“മോഹനാ നീ എന്നെ ധർമസങ്കടത്തിലാക്കരുത്. നീ നിന്റെ അച്ഛന്റെ ഭാഗത്തു നിന്ന് ചിന്തിച്ചു നോക്കീട്ടുണ്ടോ?”

“നീ എന്താ ഈ പറഞ്ഞുവരുന്നത്. എല്ലാം അറിഞ്ഞുകൊണ്ട് ഒരു പാവം പെൺകുട്ടിയെ.”

“നീ മാത്രം മാറിയതുകൊണ്ട് ഇവിടെ ഒന്നും സംഭവിക്കാൻ പോകുന്നില്ല. നീ പറയുന്നത് എനിക്കും നിനക്കും മാത്രം മനസിലാകും. നിന്റെ അച്ഛന് മനസിലാകില്ല.”

“അച്ഛനെ എനിക്കു ധിക്കരിക്കേണ്ടിവരും.” വാക്കുകളിലെ ദൃഢത ഞാൻ ശ്രദ്ധിച്ചു

“സാധിക്കില്ല മോഹനാ. അത്ര പാവമാണയാൾ.” ഞാൻ പെട്ടെന്ന് എഴുന്നേറ്റ് നടക്കാൻ തുടങ്ങി. മോഹനന്റെ സാന്നിധ്യം ഞാൻ ഭയപ്പെട്ടു. അവന്റെ മുഖത്തെ ഭാവമാറ്റങ്ങൾ അത്ര ശക്തമായിരുന്നു. മോഹനന്റെ വീട്ടിലേക്കുള്ള വളവിൽ വെച്ച് അവൻ പറഞ്ഞു

“നീ ഒരു കാര്യം ചെയ്താൽ നന്ന്. എന്റെ അച്ഛനോട് നീ ഒന്നു സംസാരിക്കണം. കഴിയുന്നതു ചെയ്യണം.” ഞാൻ എന്തെങ്കിലും പറയുന്നതിനു മുൻപ് വളവ് തിരിഞ്ഞ് ഇരുട്ടിലേക്കു പ്രവേശിച്ചിരുന്നു.

“നിക്കറിയാം കുട്ട്യേ അവന് ഇഷ്ടല്ല. ഇന്നലെ കൊറേ ഞാൻ തർക്കിച്ചു നോക്കി.”

“എന്നാ പിന്നെ മോഹനനെ നിർബന്ധിക്കണോ അച്ഛാ.”

“പാടില്ലന്നറിയാം. പക്ഷേ ഞാൻ പറയണതും കൂടി കുട്ട്യോന്നു കേക്കണം. എന്റെ മോഹനനും കൂടി പോയാൽ പിന്നെ... വൃദ്ധന്റെ കണ്ണുകളിൽ നനവ് ഉറവയെടുക്കുന്നത് ഞാൻ വിഷമത്തോടെ നോക്കിയിരുന്നു.”

“അച്ഛൻ വിചാരിക്കുന്നതുപോലെ മോഹനന് പെട്ടെന്നൊരു അപകടവും വരില്ല.”

"എന്നന്യാ അവന്റെ അമ്മേടെ കാര്യത്തിലും അവരു പറഞ്ഞത്. എന്നിട്ടെന്തായി."

എന്റെ വാക്കുകൾ തൊണ്ടയിൽ കുരുങ്ങി. ഒരു ദീർഘനിശ്വാസം വിട്ടുകൊണ്ട് രാഘവൻ നായര് എഴുന്നേറ്റു.

"അവന് ഇഷ്ടല്യാച്ചാ വേണ്ടല്ലേ കുട്ട്യേ. എനിക്കും മോഹങ്ങളുണ്ടവുല്ലോ അതോണ്ട് പറഞ്ഞതാന്ന് കൂട്ട്യാ മതീ."

മോഹനൻ – രാജി കല്യാണത്തിന്റെ ക്ഷണപത്രിക എനിക്കും കിട്ടി. ഞാൻ മോഹനനെ കാണാൻ പോയില്ല. പിന്നീട് അവൻ വായനശാലയിൽ വന്നതുമില്ല.

മുറ്റത്തെ പന്തലിൽ രാഘവൻ നായര് ഓടിനടക്കുന്നു. മോഹനൻ എന്നെ കണ്ട് ഹൃദ്യമായി ചിരിച്ചു. സദ്യകേമം. കാക്കകൾ ഇലകളിൽ ആനന്ദനൃത്തം ചവുട്ടി. എല്ലാം മംഗളം. ശുഭം.

രാജി പതിഞ്ഞ കാലടികളോടെ മുറിയിൽ കടന്നു. ഭർത്താവ് ഏതോ ചിന്തയിൽ മുഴുകിയിരിക്കുകയാണ്. അവൾ മോഹനനോട് ചേർന്നിരുന്നു.

"രാജീ ഞാനൊരു കാര്യം പറഞ്ഞാൽ നീ വിഷമിക്കരുത്."

"പറയാൻ പോണ കാര്യം എനിക്കറിയാം."

"നിനക്കെന്തറിയാം"

"മോഹനേട്ടന്റെ അച്ഛൻ എന്നോട് എല്ലാം പറഞ്ഞിട്ടുണ്ട്."

"എന്നിട്ടും നീ എന്തിനാണ് ഈ സാഹസത്തിനു മുതിർന്നത്."

"എനിക്കിത് സാഹസമല്ല. വരദാനമാണ്." മോഹനൻ കൊച്ചുകുട്ടിയെപ്പോലെ അവളെ തുറിച്ചു നോക്കി.

"ആണ് മോഹനേട്ടാ. ചൊവ്വാദോഷമുള്ള ഒരുവൾക്ക് ഇതിൽകൂടുതൽ ആഗ്രഹങ്ങൾ ഉണ്ടാകാമോ?"

"എങ്കിലും രാജീ നമ്മൾ തമ്മിൽ..."

"അച്ഛന് ഒരു പിൻഗാമിയെ കിട്ടിയേ തീരൂ. ദയവായി മോഹനേട്ടൻ എന്നെ ഉപേക്ഷിക്കരുത്." അവൾ മോഹനന്റെ മാറിൽ തല ചായ്ച്ചു.

അവന്റെ കൈകൾ അനങ്ങിയില്ല. ആ രാത്രിയിലും പിന്നീടുള്ള രാത്രികളിലും. അവർ കുട്ടികളായി ഉറങ്ങി. രാഘവൻ നായർ പ്രതീക്ഷയോടെ കാത്തിരുന്നു.

അർബുദം ഒടുവിൽ അട്ടഹസിച്ചു. മോഹനന്റെ ചോര കട്ടയായി. രാഘവൻ നായർ കരഞ്ഞില്ല. മോഹനനെ ഞങ്ങൾ ആറടിയുള്ള ഒരു കുഴിയിൽ ഉറങ്ങാൻ കിടത്തി. ഉത്സാഹത്തോടെ മണ്ണുകിളച്ചിട്ടു. മൺകൂനയുടെ വളർച്ച രാജി നിസ്സംഗതയോടെ നോക്കി നിന്നു.

പുറകിൽ ഒരു കാൽപ്പെരുമാറ്റം കേട്ടു ഞാൻ തിരിഞ്ഞു നോക്കി. ഇളം നിറത്തിലുള്ള പട്ടുസാരിയിലാണ് രാജി. കൂടെ വെള്ളമുണ്ടുടുത്ത് അജയൻ.

"മോഹനേട്ടന്റെ അനുഗ്രഹം വാങ്ങണമെന്നു തോന്നി." അവൾ കണ്ണടച്ചു നിന്നു. ഞാൻ അജയന് കൈകൊടുത്തു.

"ആൾ ദ ബസ്റ്റ് അജയൻ!" ആശംസാവചനം അജയൻ കേട്ടില്ല. പക്ഷേ മോഹനൻ ശരിക്കും കേട്ടിരുന്നു.

വീണ്ടും കാറ്റ് കിളിയോടു പറഞ്ഞു

ഇറങ്ങുമ്പോൾ ബസ്സിന്റെ ചവിട്ടുപടികൾ ഞെരങ്ങി. ഈ സ്റ്റോപ്പിലിറങ്ങിയാലേ തുരുത്തിൽ എത്താൻ കഴിയൂ. നഗരവുമായി ബന്ധിപ്പിക്കുന്ന ഏക റോഡ്. വയലിനു നടവിലൂടെയുള്ള നടത്തത്തിന് ഒരു പ്രത്യേക സുഖമുണ്ട്. തുരുത്തിലേക്കുള്ള സ്ഥലംമാറ്റം ഒരുതരം നാടുകടത്തലിനു സമമായി സഹാധ്യാപകർ കണക്കാക്കി.

എനിക്കീ തുരുത്ത് വളരെ ഇഷ്ടപ്പെട്ടു. ഇവിടെ പ്രകൃതിയും മനുഷ്യരും കൈകോർത്തു നിൽക്കുന്നു. മാന്തോപ്പുകളിൽ തുന്നാരനും, വാലിളക്കിയും മഞ്ഞക്കിളിയും കച്ചേരികൾ നടത്തുന്നു. കിളിമുട്ടകൾ തേടി കുട്ടികൾ മരക്കൊമ്പുകളിൽ കയറി മറിയുന്നു. മുതിർന്നവർ ഷർട്ടിടാതെ ഇളവെയിൽ കൊള്ളുന്നു. തുരുത്തിനു ചുറ്റും വയലാണ്. പടിഞ്ഞാറു വശത്ത് കല്ലുകുത്തി പുഴ. മുത്തശ്ശിമാരുടെ ഭാഷയിൽ 'കല്ലൂത്തി'. കല്ലൂത്തി തുരുത്തിന്റെ അന്നദാതാവാണ്. അവളുടെ മീൻ കൊണ്ട്, വെള്ളം കൊണ്ട്, മണൽകൊണ്ട് തുരുത്ത് ജീവിക്കുന്നു. ഞാൻ പഠിപ്പിക്കുന്ന പ്രൈമറി സ്കൂൾ മാത്രമാണ് ഇവിടത്തെ ഒരു പൊതുസ്ഥാപനം. പക്ഷേ അവിടത്തെക്കാൾ കൂടുതലായി വിദ്യയും, തുരുത്തിന്റെ കഥകളും കൈമാറുന്ന കല്ല്യാണി മുത്തശ്ശിയാണ് ഞങ്ങളുടെ (എന്റെ) ഏറ്റവും വലിയ ഗുരുനാഥ. സമയം കിട്ടുമ്പോഴൊക്കെ ഞാൻ മുത്തശ്ശിയെ കാണാൻ പോകാറുണ്ട്. അവരുടെ കഥകൾ ബഹുരസമാണ്.

"മാഷ്ക്ക് ന്റെ പോയത്തങ്ങളൊന്നും അത്ര പിടിക്കണ്ണ്ടാവില്ല്യാ" – ഒരു അധ്യാപകൻ എന്ന നിലയിൽ മുത്തശ്ശി എന്നെ അംഗീകരിച്ചിരിക്കുന്നു. പക്ഷേ അവരുടെ 'പോയത്തങ്ങൾ' എനിക്ക് നാട്ടറിവിന്റെ അക്ഷയഖനികളായിരുന്നു. മുത്തശ്ശിക്കു മുന്നിൽ തുണിയുടുക്കാത്തവരും, ബോംബുകാരും, കഷണ്ടികളും നിരന്നിരിക്കാറുണ്ട്.

“*ചേരൂന്റെ വെഷം തീണ്ട്യാ മേലാകെ തടിച്ചു വരും. അത് പോവാൻ ഒരു വഴീണ്ട് അറ്യോ നിങ്ങൾക്ക്?” – കേൾവിക്കാർ ബദ്ധശ്രദ്ധർ.

“പെരുമീൻ ഉദിക്കണെ രാത്രീല് മൊഖത്ത് രക്തചന്ദനം തേച്ച് തുണി ഉടുക്കാണ്ടെ കാണിമരത്തിന്റെ തടീചെന്ന് തൊട്ടാ വെഷം എറങ്ങി കിട്ടും”. –ഒരു നെടുവീർപ്പോടെ മുത്തശ്ശി തുടർന്നു.

- “ങ്ങന്യാ എനിക്ക് മാറികിട്ടീത്”

“ഓ യു ആർ ലക്കീ” – ഏതോ പട്ടണകുടിയേറ്റക്കാരിയുടെ പ്രതികരണം. ആധുനികതയുടെ തിളക്കത്തിൽ പഴമയുടെ സൗന്ദര്യത്തിന് കോട്ടം തട്ടുന്നതായി പലപ്പോഴും എനിക്കു തോന്നിയിട്ടുണ്ട്.

എന്നാൽ ചില സ്വകാര്യ നിമിഷങ്ങളിൽ മുത്തശ്ശിയിലെ അമ്മയെ ഞാൻ കണ്ടിട്ടുണ്ട്. മരിച്ചുപോയ മകന്റേയും ഭർത്താവിന്റേയും ഓർമകൾ അവരെ അലട്ടിയിരുന്നു.

“പ്പോന്റെ അനന്തൻ ഉണ്ടായിരുന്നെങ്കീ നിന്റത്രേം ആയേനേ” – ഓരോ ചെറുപ്പക്കാരനേയും നോക്കി അവർ പറയുമായിരുന്നു.

“കൊന്നതാ അവരെ. എന്റെ മോനേം അങ്ങേരേം.”– ഇത്രയാവുമ്പോഴേക്കും മുത്തശ്ശിയുടെ മുഖം ചുവക്കും. ശരീരം വിറയ്ക്കാൻ തുടങ്ങും.

“ആര്?” – ഞാൻ പലപ്പോഴും ചോദിച്ചെങ്കിലും അവർ മറുപടി തന്നില്ല. മനസിന്റെ ഉള്ളറകളിൽ മകന്റെ കൗമാരവും യൗവനവും, അവർ കാണുന്നുണ്ട്.

തുരുത്തിന്റെ കിഴക്കുവശത്തുകൂടി രാത്രിയുടെ നിശ്ശബ്ദതയെ ഭഞ്ജിച്ചുകൊണ്ട് തീവണ്ടികൾ പോകാറുണ്ട്. പക്ഷേ നാലരയുടെ പാസഞ്ചർ പോയാലുടനെ മുത്തശ്ശി എഴുന്നേൽക്കും (ഇതെനിക്കു പറഞ്ഞു തന്നത് വെളുമ്പനാണ്. മുത്തശ്ശിയുടെ സഹായി). തീവണ്ടിയുടെ അലയടികൾ അവസാനിക്കുന്നിടത്ത് മുത്തശ്ശി നെടുവീർപ്പിടുന്നു.

ഭഗവതിക്കാവിലെ ഉത്സവവും കന്യാമറിയത്തിന്റെ തിരുനാളും ബഹുകേമമാണ്. ഇവിടത്തുകാർ ഈ രണ്ടു ‘ദ്യഷ്ടിതി’ (മുത്തശ്ശിയുടെ ഭാഷ)കളും ഒരുപോലെ ആഘോഷിക്കുന്നു.

ഭഗവതികാവിൽ ഉത്സവം. ഉത്സവദിവസം എല്ലാവരും ഒരുതരം ലഹരിയിലാണ്. സ്കൂളിന് അവധി. കുട്ടികൾ തുള്ളിച്ചാടി. മുതിർന്നവർ ആനപെരുമയും മേളപ്പെരുമയും പറഞ്ഞ് നടന്നു. ആനകളുടെ നെറ്റിപ്പട്ട ഗോളകകളിൽ എല്ലാവരും പ്രതിഫലിച്ചു.

“നെനക്കൊക്കെ അങ്ങനെ വരൂടാ. വന്നില്ലെങ്കി ഈ ഭഗോതി ഇവിടെ ഇല്ല്യാണ്ടിരിക്കണം”. – മുത്തശ്ശിയുടെ ശകാരം കേട്ടാണ് ഞാൻ ശ്രദ്ധിച്ചത്. ആൾക്കൂട്ടത്തിനിടയിൽ നിന്നും അബ്കാരി ചെറിയാൻ തലയും താഴ്ത്തി പോകുന്നു. ഏതോ ഒരു ചെറുപ്പക്കാരൻ പാടുന്നു. തലയിലും മുഖത്തും ചെമ്മണ്ണ്.

---

* തോടിന്റെ വരമ്പത്തു കാണപ്പെടുന്ന ഒരു തരം ചെടി.

“എന്താ മുത്തശ്ശി ഉണ്ടായത്?”

“ദുഷ്ടൻ!”

“എന്താ അയാളെന്തു ചെയ്തു.”

“ഭൂ” – നീട്ടിയ തുപ്പലോടെ അവർ നടന്നു നീങ്ങി. എനിക്കൊന്നും പിടികിട്ടിയില്ല.

പിന്നെ രണ്ടു ദിവസം കഴിഞ്ഞാണ് ഞാൻ മുത്തശ്ശിയെ കാണുന്നത്. ഞാനവിടെ ചെല്ലുമ്പോൾ ഉമ്മറത്ത് വെളുമ്പനുണ്ട്.

“തമ്പ്രാ വന്നൂന്ന് പറയട്ടെ.” – വെളുമ്പന്റെ “തമ്പ്രാ” വിളിയിൽ എനിക്കു വെറുപ്പു തോന്നി. ദാസ്യവൃത്തി മാത്രം അറിയാവുന്ന വെളുമ്പന്മാർ ഇന്നും ഇവിടെയുണ്ട്.

“ആരാദ്?” – ഒരു റാന്തലുമായി മുത്തശ്ശി ഉമ്മറത്തേക്ക് വന്നു.

“ഓ കുട്ട്യാരുന്നോ” – സ്നേഹം കൂടുമ്പോൾ അവരെന്നെ കുട്ടി എന്നു വിളിക്കും.

“ഇന്നാരും വന്നില്ലേ മുത്തശ്ശീ?”– സാധാരണ ഈ വീട് ഒരു കഥാ സായാഹ്ന വേദിയാകാറുണ്ട്.

“വന്നിരുന്നു. എല്ലാരേം ഞാൻ പറഞ്ഞുവിട്ടു. രണ്ടീസായിട്ട് മനസിന് നല്ല സുഖല്ല്യ.”

“എന്നാൽ നാളെ വരാം.”

“കുട്ടി വരാ. ആ അസത്തിനെ കണ്ടത് തൊട്ട് തൊടങ്ങീതാത്.”

“അതാ എനിക്കും മനസിലാകാത്തത്”

“നെനക്കറിയണോ ചെറിയാന്റെ മോന് പ്രാന്താണ്” – ഞാൻ അത്ഭുതത്തോടെ അവരുടെ കണ്ണുകളിലേക്ക് നോക്കി.

“ആന്ന്. അവന്റെ മോൻ അന്തോണിക്കുട്ടിക്ക് മുഴു പ്രാന്ത്. അത ങ്ങനേ വരൂ.” – അവർ മോണകാട്ടി അസ്സലായി ചിരിച്ചു – ക്രൂരമായ ഒരു ചിരി.

“പൊലർച്ചയ്ക്കാത് നടന്നത്” – മുത്തശ്ശി ആരംഭിക്കുകയായിരുന്നു. തുരുത്തിലെ കാറ്റ് ഈ കഥ പുഴയോട് പറഞ്ഞു. പുഴ മീനുകളോടും. വീണ്ടും കാറ്റ് കിളികളോട് പറഞ്ഞു.

കല്ലുകുത്തി! മഴക്കാലത്ത് അവൾ ദുർഗ്ഗയാണ് അതിരുകൾ ലംഘിച്ച് തുരുത്തിലേക്ക് കയറും. കുട്ടികൾ ചങ്ങാടങ്ങളിറക്കി വെള്ളം കലക്കും. മുതിർന്നവർ ഗതകാല സ്മരണകളിൽ ഊളിയിടും. വേനലിൽ അവൾ വീണ്ടും ശാന്തയാകുന്നു. പുഴയിലെ മീൻ പിടിക്കാൻ പഞ്ചായത്ത് വക ലേലം ഉണ്ടാകും. അക്കൊല്ലവും പുഴ ചെറിയാനു തന്നെ കിട്ടി. ലേലം കഴിഞ്ഞാൽ പുഴയിലെ മീനും വെള്ളവും മണലും ചെറിയാന് സ്വന്തം. പുഴയ്ക്ക് ഗുണ്ടകളുടെ കാവൽ. അനധികൃതമായി ആരെങ്കിലും പുഴയി ലിറങ്ങിയാൽ ഇടിയുടെ ചൂട് ശരിക്കറിയും.

പൊടിപിടിച്ചു തുടങ്ങിയ വലയും കൂടയും നോക്കി അച്ചുനായര് നെടുവീർപ്പിട്ടു. ഒരാഴ്ചയായി പുറത്തിറങ്ങിയിട്ട്.

“അച്ഛാ ഇന്ന് ഒന്നു പോയി നോക്കാം.”

"അവിടെ കാവലുണ്ട്."

"ന്നാലും ഒന്നു പോയി നോക്കാം." – മകൻ അനന്തൻ നിർബന്ധിച്ചു.

കല്ലൂത്തിയുടെ തീരത്തുകൂടെ നടക്കുമ്പോൾ അയാൾ ശ്രദ്ധാലുവായിരുന്നു. ഗുണ്ടകളുടെ കുടിൽ ദൂരെ കാണാം. കുടിലിനു പുറത്ത് തീകൂട്ടിയിരിക്കുന്നു. മീൻ ചുടുന്നതിന്റേയും മദ്യത്തിന്റേയും സമ്മിശ്രഗന്ധം. അവർ കുടിച്ചു കൂത്താടി. മീനുകൾ പേടിച്ച് അടിത്തട്ടിൽ ഒളിച്ചു.

"അനന്താ ഇപ്പോ പോവേണ്ട. അവരൊന്നുറങ്ങട്ടെ."– അവർ മടങ്ങി.

രണ്ടാം യാമത്തിൽ അവർ വീണ്ടും പുറപ്പെട്ടു. ഗുണ്ടകൾ സുഖനിദ്ര. കാട്ടുകൈത ഒഴിഞ്ഞ ഒരു ഭാഗം നോക്കി അച്ചുനായർ വലയെറിഞ്ഞു. വല വലിച്ചു കയറ്റുന്നതു നോക്കി അനന്തൻ കരയ്ക്കിരുന്നു. പരൽ മീനുകളുടെ വെള്ളിത്തിളക്കത്തിൽ അയാൾ മതിമറന്നു. അനന്തൻ ഉത്സാഹത്തോടെ കൂടയിൽ മീനുകൾ പെറുക്കിയിട്ടു. അയാൾ രണ്ടാമതും, മൂന്നാമതും വലയെറിഞ്ഞു. മീൻ പെറുക്കിയിട്ട് അനന്തന്റെ കൈ കഴച്ചു. പെട്ടെന്ന് ഒരാരവം കേട്ടയാൾ തിരിഞ്ഞു നോക്കി. ഒരായിരം പന്തങ്ങൾ തനിക്കു നേരെ വരുന്നു. അച്ചുനായരും അനന്തനും ഓടി. ആദ്യത്തെ അടി തലയിൽ തന്നെ കിട്ടി. രക്തം വാർന്നു നിലത്തു വീഴുന്ന അച്ഛനെ കണ്ടവൻ അലമുറയിട്ടു. മീൻകൂടമറിഞ്ഞു. തിളക്കം നഷ്ടപ്പെടാത്ത പരലുകൾ ഇരുട്ടിൽ പിടഞ്ഞു.

അനന്തൻ റാന്തലുമായി ലക്ഷ്യമില്ലാതെ ഓടി. റെയിൽ പാളത്തിനടുത്തെത്തിയപ്പോൾ നാലരയുടെ പാസഞ്ചർ തീ തുപ്പിക്കൊണ്ട് പാഞ്ഞെത്തി. തീവണ്ടിയുടെ അലർച്ചയിൽ ഗുണ്ടകൾ പൊട്ടിച്ചിരിച്ചു. പിറ്റേന്ന് ഗുണ്ടകൾക്ക് ചെറിയാന്റെ വക പ്രത്യേക വിരുന്നുണ്ടായിരുന്നു.

മുത്തശ്ശി വിറയലോടെ ഇത്രയും പറഞ്ഞു നിർത്തി. അവർ ശ്വാസം എടുക്കാൻ ബുദ്ധിമുട്ടി. ഞാൻ പെട്ടെന്ന് അവരുടെ പുറം തടവിക്കൊടുത്തു.

പക്ഷേങ്കില് ചെറിയാനൊരു ചൊട്ടു പറ്റീരുന്നു. അവര്ടെ കൂട്ടത്തില് അവന്റെ മോൻ അന്തോണിക്കുട്ടീം ഉണ്ടായിരുന്നു.

"കേസ്സൊന്നും ഉണ്ടായില്ല്യേ" – ഒരു കൊച്ചുകുട്ടിയെപോലെ ഞാൻ ചോദിച്ചു.

"കേസ്സോ? ശവങ്ങൾ രണ്ടും റെയിൽപാളത്തീന്നാ കിട്ടിയത്."

"അന്തോണിക്കുട്ടി പൊലീസിനോട് സത്യം പറയുംന്ന് ചെറിയാനോട് പറഞ്ഞത്രേ. ന്താച്ചാ അനന്തനും അന്തോണീം ചങ്ങാതിമാരായിരുന്നു. അവൻ ആ ചെക്കനെ പ്രാന്തനാക്കി."

"എങ്ങനെ?"

"പ്രാന്തൻ കായ കൊടുത്തിട്ട്."

"പ്രാന്തൻ കായോ"

"ആന്ന് അങ്ങനൊരു കായീണ്ട്. ഞാൻ നാളെ കാണിച്ച് തരാം."

ആത്മസുഹൃത്തിന്റെ കൊലപാതകം കണ്ട അന്തോണിക്കുട്ടിയുടെ

മാനസികാവസ്ഥ എന്തായിരിക്കും? അതിന് പ്രാന്തൻകായയുടെ പരിവേഷം കൊടുത്ത് മുത്തശ്ശി ആശ്വസിക്കുന്നു. എനിക്കെന്തോ വല്ലായ്മ തോന്നി.

പട്ടണത്തിലെ നൂൽ കമ്പനിയിലെ ഒന്നാം ഷിഫ്റ്റ് അവസാനിക്കുന്നതിന്റെ സൈറൺ കേട്ടുകൊണ്ടാണ് ഞാൻ പടിയിറങ്ങിയത്. പെട്ടെന്ന് ഉച്ചത്തിലുള്ള പാട്ട് കേട്ട് ഞാൻ നിന്നു പോയി,

“അത് അവനാ അന്തോണിക്കുട്ടി. പാടട്ടെ അസ്സലായി പാടട്ടെ പാവം”. മുത്തശ്ശി റാന്തലും പൊക്കിപ്പിടിച്ച് എനിക്ക് വിശദീകരിച്ചു തന്നു. അപ്പോൾ അവരുടെ മുഖത്ത് വർണിക്കാൻ കഴിയാത്ത ഒരു സംതൃപ്തി ഉണ്ടായിരുന്നു.

(ഭൂ) സ്വാമിമാർ ഉണ്ടാകുന്നത്

രാജപ്പൻ തല പുകച്ചാലോചിച്ചു. എങ്ങനെ ഒപ്പിക്കും? ഓരോന്നായി നമ്പറിട്ടു നോക്കാം. ഒന്ന് അനിതയുടെ സ്വർണം വിൽക്കാം. അറുപതിനായിരം കിട്ടും. രണ്ട് പി എഫ്, അതും അറുപത് കിട്ടും. കെ എസ് എഫ് ഇ ചിട്ടി പിടിക്കാം. പിന്നെ കുറച്ചു കാശ് സുഹൃത്തുക്കളോട് ചോദിക്കാം. ആവശ്യക്കാരന് ഔചിത്യമില്ലല്ലോ. ആരംഭമെന്ന നിലയ്ക്ക് പത്രങ്ങളിലെ റിയൽ എസ്റ്റേറ്റു കോളങ്ങൾ അയാൾ അരിച്ചു പെറുക്കി. പലയിടത്തും ചുവന്ന വൃത്തം വരച്ചു. വൃത്തം വരച്ചിടത്തൊക്കെ വിളിച്ചു ചോദിച്ചു. ഒന്നും അടുക്കുന്നില്ല. അടുക്കുമെന്ന് തോന്നിയത് ചെന്നു നോക്കിയപ്പോൾ ചിലയിടത്ത് ഹെലികോപ്റ്ററിലേ ഇറങ്ങാൻ കഴിയൂ. അല്ലെങ്കിൽ സ്ഥലത്തിന്റെ പ്രമാണം ബാങ്കിൽ ജപ്തിയായിരിക്കുന്നു. അതുമല്ലെങ്കിൽ നാലു തലമുറയിലെ അവകാശികൾ ജാഥയായി വന്ന് ഒപ്പിട്ടാലേ പ്രമാണം സ്വതന്ത്രമാകുകയുള്ളൂ.

സ്വതവേ നന്നായി വിയർക്കുന്ന പ്രകൃതമാണ് രാജപ്പന്. ഈയിടെയായി അയാൾ തുള്ളിക്കൊരുകുടം വിയർക്കുന്നുണ്ട്.

"ചേട്ടനിങ്ങനെ വിഷമിക്കാതെ നമുക്ക് നല്ലൊരു സ്ഥലം കിട്ടും" – അംഗൻവാടി ടീച്ചറായ അനിത ആശ്വസിപ്പിച്ചു. രാജപ്പന് അഞ്ചു സെന്റ് സ്ഥലം വേണം. സ്നേഹിച്ച പെണ്ണിനെ തന്നിഷ്ട പ്രകാരം ഇറക്കിക്കൊണ്ടുവന്നതുകൊണ്ട് മറ്റ് 'സംഗതി'കളൊന്നും കിട്ടിയില്ല. രണ്ടു കുട്ടികൾ, ലാവണം, വികാസ്ഭവനിൽ യു ഡി സി. അയാൾ കൂട്ടിയും, കിഴിച്ചും, ഹരിച്ചും രാത്രികൾ ഏറെ വൈകിപ്പിച്ചു. ഓഫീസിലിരുന്ന് കോട്ടുവായിട്ടു.

"അയ്യോ, രാജപ്പാ നീ കുറച്ചു മുൻപു പറഞ്ഞിരുന്നെങ്കിൽ എന്റെ വീട്ടിനടുത്ത് ഉഗ്രനൊരു സ്ഥലം ഉണ്ടായിരുന്നു. വിലയും കുറവായിരുന്നു"

– ഇങ്ങനെ ചത്ത കുട്ടിക്ക് ജാതകമെഴുതുന്ന സുഹൃത്തുക്കളുടെ എണ്ണം മാത്രം കൂടിക്കൂടി വന്നു.

ഒടുവിൽ അയാളും ദേശസാൽകൃത ബാങ്കിന്റെ പടിക്കെട്ടുകൾ മടിയോടെ കയറി. ചില്ലിട്ട മുറിയിൽ മാനേജർ. എല്ലാം സുതാര്യം.

"എനിക്ക് സ്ഥലം വാങ്ങാനായി ഒരു ലോൺ വേണം"

"നിങ്ങളുടെ ബേസിക്, പ്രതിമാസ മൊത്തം ശമ്പളം, കയ്യിൽ കിട്ടുന്നത്, കണക്കിൽ പോകുന്നത്, മറ്റു ലോണുകൾ, തുടങ്ങി മാനേജരുടെ എല്ലാ ചോദ്യങ്ങൾക്കും രാജപ്പൻ മണിമണിയായി ഉത്തരം കൊടുത്തു." മാനേജരുടെ വിരലുകൾ കീബോർഡിൽ ഓടി നടന്നു. അക്കങ്ങൾ മാറി മാറി തെളിഞ്ഞു. ഒടുവിൽ "എന്റർ" കീയിൽ വിശ്രമം.

"മിസ്റ്റർ രാജപ്പന് രണ്ടു ലക്ഷം വരെ ലോൺ കിട്ടും പലിശ ഫ്ളോട്ടിംഗ്" (പൊങ്ങുതടി) വെള്ളം താഴ്ന്നാൽ തടി താഴും ഉയർന്നാൽ ഉയരും.

"അപ്പോൾ ഫിക്സഡ് റേറ്റ് ഇല്ലേ സാർ."

"ഉണ്ടല്ലോ അത് പത്ത് കൊല്ലത്തേക്ക് പന്ത്രണ്ടര ശതമാനമാണ്. ഫ്ളോട്ടിംഗ് ആണെങ്കിൽ പത്ത് ശതമാനം."

രാജപ്പന്റെ പത്തി താഴ്ന്നു. വേണ്ട പൊങ്ങുതടി മതി. വാക്കുറപ്പിച്ചു. മാനേജർ പറഞ്ഞിടത്തെല്ലാം ഒപ്പിട്ടു കൊടുത്തു. ജനന സർട്ടിഫിക്കറ്റു മുതൽ അവസാനം പി എഫ് ലോണെടുത്ത ഉത്തരവിന്റെ പകർപ്പു വരെ താലത്തിൽ സമർപ്പിച്ചു. എല്ലാം ശുഭം. ഇനി ഗോദായിലേക്ക്.

(റിയൽ) എസ്റ്റേറ്റു കഴുകന്മാർ രാജപ്പന്റെ തലയ്ക്കു ചുറ്റും പറന്നു. കൂർത്ത നഖങ്ങളിൽ ഇറുക്കി പിടിച്ചു – പലയിടത്തും കൊണ്ടുപോയി. ഒരു കഴുകനും ആവശ്യത്തിനു മാംസം കിട്ടിയില്ല. കഴുകൻ പിടിവിട്ടു. ചക്ക വീഴും പോലെ രാജപ്പൻ താഴേക്ക്.

"എടാ രാജപ്പാ, നിന്നെ കണ്ടിട്ട് കുറേ നാളായല്ലോടാ" – പഴയ സുഹൃത്ത് ജോസഫ് മുന്നിൽ.

"നീ ഇപ്പോ എവിടെയാ?"

"ഞാൻ കുറച്ചുകാലം നൈജീരിയായിലായിരുന്നു. ഇപ്പോ നാട്ടിലുണ്ട്. കുറച്ച് റിയൽ എസ്റ്റേറ്റിന്റെ ഏർപ്പാടുണ്ട്." – രാജപ്പന്റെ ഉള്ളൊന്ന് തണുത്തു. എത്രയായാലും അഞ്ചാം ക്ലാസുമുതൽ ഒന്നിച്ചു പഠിച്ചവനല്ലേ.

"ബൈദബൈ നിന്റെ ഫാമിലി? നീ വീടു വല്ലതും വച്ചോ?"

"ഇല്ല. ഞാൻ കുറച്ച് സ്ഥലം വാങ്ങാനുള്ള അന്വേഷണത്തിലാണ്."

"ഡോണ്ട് വറി. സ്ഥലം ഞാൻ തരാം. ഈ പ്രദേശത്തെ പല പ്ലോട്ടുകളും ഇപ്പോ എന്റെ കയ്യിലാണ്."

"ഉവ്വോ, എന്തു വില വരും."

"സെന്റിന് രണ്ടു ലക്ഷം മുതൽ മേലോട്ടുണ്ട്." രാജപ്പന് തല കറങ്ങുന്നതുപോലെ തോന്നി.

"ഒരെണ്ണം ഇവിടടുത്താ. ഈ റോഡിന്റെ രണ്ടാമത്തെ വളവു കഴിഞ്ഞ് വലത്തോട്ട് തിരിഞ്ഞ് പഞ്ചായത്തു കുളത്തിനപ്പുറത്ത് ഇരുനൂറ് മീറ്റർ മാറി..,"

"എത്ര സെന്റ്?"

"അഞ്ച് സെന്റ്. സെന്റിന് മൂന്നു ലക്ഷം. നെഗോഷിബിളാണ്."

"ജോസഫേ എന്റെ കയ്യിൽ കുറച്ചു കാശേ ഉള്ളൂ."

"കുറച്ചായാലും നല്ലതു തന്നെ വാങ്ങണം. നീ എന്റെ കൂടെ കാറീ കേറ്." ഞാൻ കാണിച്ചു തരാം. വാഗ്ദത്ത ഭൂകഷണങ്ങൾ രാജപ്പൻ കൺകുളിർക്കെ കണ്ടു. ഒന്നല്ല. ആറെണ്ണം.

"ഇതൊന്നും ഇഷ്ടപ്പെട്ടില്ലെങ്കിൽ വേറെ ഉണ്ട്." – രാജപ്പൻ കിതച്ചു. ജോസഫ് മൊബൈലിൽ റേഡിയോ മിർച്ചിയും മസാലയും കേട്ടു രസിച്ചു. സംഗതി ഹോട്ടുതന്നെ. രാജപ്പൻ സമ്മതിച്ചു.

"പക്ഷേ ജോസഫ് ഈ സ്ഥലങ്ങൾക്കൊക്കെ നേരത്തേ പതിനായിരവും ഇരുപതിനായിരവും മുപ്പതിനായിരവുമൊക്കെയേ വിലയുണ്ടായിരുന്നുള്ളൂ."

"നീ ഇത്ര പാവമായിപ്പോയല്ലോ. എടാ ഇവിടെ ഇടത്ത് ടെക്നോ പാർക്ക്, വലത്ത് വിഴിഞ്ഞം, മുന്നിൽ എയർ പോർട്ട് പുറകിൽ കിൻഫ്രാ..."

അപ്പോൾ തലയ്ക്കു മുകളിൽ... രാജപ്പൻ അറിയാതെ മുകളിലേക്കു നോക്കി. മുകളിൽ ആകാശം. സ്വാഹ.

കിളിയെത്തേടി

"എങ്ങന്യാ നായ്ക്കൾക്ക് വെഷെളകണേ?"

"അത് ഒരു പക്ഷീടെ മൊട്ടത്തോട് തിന്നിട്ടാ കുട്ട്യേ."

"ഏത് പക്ഷീടെ?"

"വെള്ളിചിറകും സ്വർണ്ണക്കൊക്കുംള്ള പക്ഷീടെ."

"ആ പക്ഷി എവിട്യാ മൊട്ടീടാ?"

"ആ പക്ഷി ആകാശത്ത് വെച്ചാ മൊട്ട ഇടണത്. ഭൂമിയില് എത്തുമ്പഴയ്ക്കും മുട്ട വിരിഞ്ഞ് കുഞ്ഞ് പറന്നു പോകും. തോട് താഴെ വീഴും. ആ തോട് തിന്നണ നായ്ക്കൾക്ക് വെഷം എളകും."

"വെഷളക്യാ നായ ചാവോ?"

"ചാവും."

"അപ്പോ എന്റച്ഛനും..."

"ശിവ! ശിവ! കുട്ടി എന്തൊക്യാ പറയണത്. സുഭാഷിണ്യേ ആരാണ്ട് പടി കടന്ന് വരണണ്ടല്ലോ."

"ഞാനാണ്. ഹരിയെ ഇന്നലെ കൊണ്ടുപോയല്ലേ?" പെട്ടെന്ന് സുഭാഷിണി വിതുമ്പി കരയാൻ തുടങ്ങി.

"ടേയ്ക്കിറ്റ് ഈസി"

"ഹരിയേട്ടനെ സെല്ലിലാക്കി"

"സുഭാഷിണി ആശുപത്രിയിലേക്കു പോയില്ലേ" – വെറുതേ ചോദിച്ചു. വാസ്തവത്തിൽ ഞാൻ വാക്കുകൾക്കു വേണ്ടി വിഷമിക്കുകയായിരുന്നു.

"സ്ത്രീകളെ അവിടെ പ്രവേശിപ്പിക്കുന്നില്ല"

"ഞാനൊന്നു പോയിട്ടു വരാം"

"അങ്കിൾ ഞാനും കൂടെ വരട്ടേ?" – രാജേഷ് ഓടിവന്ന് എന്റെ കയ്യിൽ പിടിച്ചു. യാന്ത്രികമായി അവനേയും കൂട്ടി കാറിനടുത്തേക്കു നടന്നു.

ആശുപത്രിയുടെ തിരക്കേറിയ വരാന്തയിലൂടെ രാജേഷിന്റെ കൈ പിടിച്ചു നടക്കുമ്പോൾ മനസ്സ് ശൂന്യമായിരുന്നു.

"അങ്കിൾ അച്ഛനെവിട്യാ കെടക്കണേ?"

"ദാ എത്താറായി മോനേ" – ഡോക്ടർ നിർമൽകുമാർ എതിരേ വരുന്നു.

"എടാ അജയാ നമ്മുടെ കവി ചതിക്കുമോ?"

"ഹരിക്കെങ്ങനെയുണ്ട്?"

"ഹോപ്പ്‌ലെസ്സ്. നീ ഡ്യൂട്ടി റൂമിലേക്കു വരൂ. നമുക്കവിടെ വച്ച് സംസാരിക്കാം."

"എന്താ ഡോക്ടർ പറഞ്ഞത് അങ്കിൾ?"

"എല്ലാം ശരിയാകുമെന്ന് പറയുകയായിരുന്നു."

ഹരിയെ പ്രവേശിപ്പിച്ചിരിക്കുന്ന സെല്ലിനു മുന്നിൽ എത്തിയപ്പോൾ അവൻ പുറം തിരിഞ്ഞു നിൽക്കുകയായിരുന്നു. സത്യത്തിൽ എനിക്കവനെ വിളിക്കാൻ പേടി തോന്നി.

"അച്ഛാ ദാ മോൻ വന്നിരിക്കുണൂ" – രാജേഷിന്റെ വിളി കേട്ടിട്ടും ഹരി ഞങ്ങൾക്ക് മുഖം തന്നില്ല. ദേഹമാസകലം ചെളി പറ്റിയിട്ടുണ്ട്. ഷർട്ട് അവിടവിടെ നീളത്തിൽ കീറിയിട്ടുണ്ട്.

"ഹരീ ഇത് ഞാനാണ് അജയൻ" – അവന് ഭാവഭേദമില്ല.

"ഹരീ" – ഞാൻ കുറച്ച് ഉറക്കെ തന്നെ വിളിച്ചു. പെട്ടെന്നവൻ തിരിഞ്ഞു നിന്നു. കണ്ണുകളിൽ ദേഷ്യമാണോ സങ്കടമാണോ ഒന്നും വായിച്ചെടുക്കാൻ പറ്റുന്നില്ല. ഞാൻ എന്തു ചെയ്യണമെന്നറിയാതെ നിന്നു. രാജേഷിന്റെ കരച്ചിൽ എനിക്ക് അസഹ്യമായി തോന്നി. ചിരിച്ചു മാത്രം കണ്ടിട്ടുള്ള ഹരിയുടെ മുഖം....

"ഇവിടെ അധികസമയം നിൽക്കരുത്." – ഡ്യൂട്ടി നേഴ്സിന്റെ മുന്നറിയിപ്പ്.

രാജേഷിനെ അഴികളിൽ നിന്നും വിടുവിച്ചുകൊണ്ടുവരാൻ ബലം പ്രയോഗിക്കേണ്ടി വന്നു. തിരിഞ്ഞു നടക്കുമ്പോൾ ഹരിയുടെ പൊട്ടിക്കരച്ചിൽ ഞാൻ വ്യക്തമായി കേട്ടു.

ഡോക്ടർ നിർമൽകുമാറിന്റെ മുറിയുടെ ഹാഫ്ഡോർ തുറന്ന് അകത്തു കടന്നു. "ഇതെങ്ങനെ സംഭവിച്ചു?"

"നിനക്കവന്റെ സ്വഭാവം അറിയാമല്ലോ. തീരെ പ്രതീക്ഷയ്ക്കു വകയില്ലേ?"

"ഇനി എന്തെങ്കിലും അത്ഭുതം സംഭവിക്കേണ്ടിവരും". ഞങ്ങൾക്കിടയിൽ മൂകത തളംകെട്ടി.

"സുഭാഷിണി എന്തു പറയുന്നു?" എനിക്ക് ഒരുതരം മരവിപ്പ് അനുഭവപ്പെട്ടു. ഞാൻ രാജേഷിനെയും കൂട്ടി പുറത്തു കടന്നു. ഒരു ടാക്സിക്കു കൈകാണിച്ചു. പുറകിലെ സീറ്റിൽ കയറി ഗ്ലാസ് താഴ്ത്തിയിട്ടു. എങ്കിലും മനുഷ്യന് ഇത്ര ഹീനമായ ഒരന്ത്യം! അവൻ എന്തു സ്മാർട്ടായിരുന്നു. സർക്കാർ കണക്കുകൾ വളരെ കൃത്യമായി കൈകാര്യം ചെയ്തിരുന്ന ഡിവിഷണൽ അക്കൗണ്ടന്റ് ഈ പേപ്പട്ടിക്കു മുന്നിൽ....

നഗരത്തിൽ പേപ്പട്ടികൾ! പത്രത്തിലെ തലക്കെട്ട് വായിച്ച് ഞങ്ങൾ ചിരിച്ചു.

"നഗരം തന്നെ പേപിടിച്ചതല്ലേ?" – ഹരിക്ക് എല്ലാം നിസ്സാരമായിരുന്നു. രാത്രി ഏറെ വൈകി വീട്ടിലേക്കുള്ള നടത്തം അപകടമാണെന്ന് ഞാൻ പലപ്പോഴും ഹരിയെ ഓർമിപ്പിക്കുമായിരുന്നു. ഞങ്ങളെല്ലാവരും ഓഫീസിനടുത്തു തന്നെ വീടുകൾ വെച്ചപ്പോൾ ഹരിമാത്രം തനിക്കു പൈതൃകമായി കിട്ടിയ വീട്ടിൽ തന്നെ താമസിച്ചു. കവിതയെഴുതും. നന്നായി കവിത ചൊല്ലും. ആ ചൊല്ലലിൽ കടമ്മനിട്ടയും, അയ്യപ്പ പണിക്കരും സുഗതകുമാരിയും സച്ചിദാനന്ദനും ഒക്കെ വന്നു പൊയ്ക്കൊണ്ടിരിക്കും. ഈയിടെയായി പുകവലിയും അൽപ്പം കൂടുതലായിരുന്നു.

"സാർ പറഞ്ഞ സ്ഥലമെത്തി". – ഡ്രൈവർ കാർ നിർത്തി. കാറിന്റെ ഡോർ അടയുന്ന ശബ്ദം കേട്ട് സുഭാഷിണി ഉമ്മറത്തേക്കു വന്നു. ഞാൻ രാജേഷിനെ ഇറക്കിവിട്ട് കാർ തിരിച്ചുവിട്ടു. മുറിയിൽ വന്ന് ഫാൻ ഓൺ ചെയ്തു. വാതിലടച്ച് കുറ്റിയിട്ടു. ഹരീ നിനക്കുവേണ്ടി എനിക്കെന്തു ചെയ്യാൻ പറ്റും?

ജനലിലൂടെ പുറത്തേക്കു നോക്കുമ്പോൾ അങ്ങകലെ ഒരു കുന്ന് കാണാം. അവിടെ ഈയിടെയായി ഒരു കുടപ്പന പൂത്തു നിൽക്കുന്നുണ്ട്. വെയിലിൽ പൂക്കുല തിളങ്ങി. ഈ പൂക്കലോടെ പന മരിക്കുന്നു. പൂക്കാനുള്ള ഭാഗ്യം ഒരിക്കൽ മാത്രം കൊടുത്തിരിക്കുന്നു.

പിറ്റേന്ന് രാവിലെ എനിക്കാ ഫോൺ കോൾ ലഭിച്ചു. ഹരി എക്സ്പയേഡ്! പുറത്തേക്കിറങ്ങാൻ തോന്നിയില്ല. ഫോൺ മാറ്റിവച്ചു. മൊബൈൽ സ്വിച്ച് ഓഫ് ചെയ്തു. അലമാരയിൽ നിന്നും പഴയ സ്കൂൾ ഫോട്ടോ എടുത്തു നോക്കി. ഹരിയും ഞാനും അടുത്തു നിൽക്കുന്നു. ഇനിയും നീ അടുത്തുണ്ടാകുമോ?

രണ്ടു ദിവസം കഴിഞ്ഞ് ഞാൻ ഹരിയുടെ വീട്ടിലെത്തി. മുറ്റത്ത് പച്ച മറച്ചു കെട്ടിവച്ചിരിക്കുന്നു. ആളുകൾ വന്നും പോയുമിരിക്കുന്നു. കയ്യിലൊരു കവണയുമായി നിൽക്കുന്ന രാജേഷിനെ അപ്പോഴാണ് ഞാൻ ശ്രദ്ധിച്ചത്.

"എന്താ മോനേ നീ കവണയുമായിട്ട്?"

"ഞാൻ പക്ഷീനെ പിടിക്കാൻ നിൽക്വാണ്."

"ഏതു പക്ഷീനെ?"

"വെള്ളിച്ചിറകും സ്വർണ കൊക്കുംള്ള പക്ഷീനെ."

"അങ്ങനെ ഒരു പക്ഷി ഇല്ല മോനേ."

"ഉണ്ടല്ലോ. എന്റെ മുത്തശ്ശി പറഞ്ഞല്ലോ."

"ആ പക്ഷിയെ കിട്ടിയിട്ട് എന്തിനാ?"

"ആ പക്ഷീടെ മൊട്ടത്തോട് തിന്നിട്ടാ പേപ്പട്ടിണ്ടാവണത്."

"മോനെ അതൊക്കെ ഒരു കെട്ടുകഥയാണ്."

"അല്ല എന്റെ അച്ഛൻ മരിക്കാൻ കാരണം ആ പക്ഷ്യാ. എനിക്കാ പക്ഷീനെ വേണം. കഴുത്ത് ഞെരിച്ച് കൊല്ലണം."

അവിശ്വാസിയുടെ പ്രണയരേഖ

കൈനോട്ടത്തിലോ ജ്യോതിഷത്തിലോ എൽദോ വിശ്വസിക്കുന്നില്ല. നാൻസിക്കാണെങ്കിൽ ജ്യോതിഷം എന്നല്ല, എക്സ്ട്രാടെറസ്ട്രിയൽ ആയിട്ടുള്ള എല്ലാറ്റിലും വലിയ താൽപ്പര്യമാണ്. നാൻസിക്കു കിട്ടിയ കല്ല്യാണ സമ്മാനങ്ങളിൽ ഒന്ന് ലിൻഡാ ഗുഡ്മാന്റെ സ്റ്റാർ സൈൻസ് ആയിരുന്നു. സ്റ്റാർ സൈൻസിലെ ഒരോ നക്ഷത്രത്തെയും പറ്റി വായിച്ചും ഏൽദോയ്ക്കു പറഞ്ഞു കൊടുക്കും. പുതുമോടിയിൽ അയാൾ അത് ശ്രദ്ധയോടെ കേട്ടുകൊണ്ടിരുന്നു. പിന്നെ പിന്നെ അയാൾ നാൻസിയോട് പറഞ്ഞു

"പ്ലീസ് നാൻസി എനിക്കിതിലൊന്നും വിശ്വാസമില്ല."

"ആരു പറഞ്ഞു വിശ്വസിക്കാൻ? യൂ ജസ്റ്റ് റീഡ് ഇറ്റ് എൽദോ" – അവൾക്കു നന്നായി, നയപരമായി സംസാരിക്കാനും അറിയാം.

"എനിക്ക് താമസിക്കാൻ പറ്റിയ ഒരു വീടുവേണം. അടുത്ത ആഴ്ച കുടുംബത്തെ ഇങ്ങോട്ടു കൊണ്ടുവരാനാണ്. സാറിന്റെ അറിവില് പറ്റിയ വീട് വല്ലതും..." പുതിയതായി ജോയിൻ ചെയ്ത പ്യൂൺ കേശവൻകുട്ടിയുടെ ചോദ്യം പ്രസക്തമാണ്.

"ഇവിടെ സിറ്റിയിൽ വലിയ വാടക കൊടുക്കണം. സിറ്റിക്കു പുറത്തായിരിക്കും നല്ലത്."

"അതും ശരിയാ മാത്രമല്ല അഞ്ചുമണി കഴിഞ്ഞാൻ ഞാൻ ഫ്രീയല്ലേ? നടന്നു പോയാലും മതി."

"കേശവൻ കുട്ടിക്ക് സമയം കളയാൻ വേറെ എന്തെങ്കിലും പരിപാടികളുണ്ടോ?" – സത്യത്തിൽ എൽദോ വെറുതേ ചോദിച്ചതാണ്.

"സമയം കളയാൻ എന്തിനാ വേറെ പരിപാടികള് സാറെ, രണ്ടു കുട്ടികള് പോരേ. പിന്നെ സാറ് ചോദിച്ച നിലയ്ക്ക് ഞാൻ ഒരു കാര്യം

പറയാം. എനിക്ക് കൊറച്ച് ജ്യോതിഷത്തിന്റെ സൂക്കേടുണ്ട്." – എൽദോ ഞെട്ടി.

"അത്യാവശ്യം കൈനോക്കി കൊടുക്കും. കേശവൻകുട്ടി ചിരിച്ചപ്പോൾ പല്ലുകൾ നിരതെറ്റിയിരിക്കുന്നതു കാണാമായിരുന്നു."

"ജ്യോതിഷം എവിടെ നിന്നും പഠിച്ചു?"

"ഞങ്ങൾ തലമുറകളായിട്ട് കൈനോട്ടക്കാരാ."

"ഞാൻ ശാസ്ത്രീയമായി ഒരു ആശാന്റെ അടുത്തൂന്ന് പഠിച്ചതാ. ഒരു ദിവസം ഞാൻ സാറിന്റെ കൈനോക്കിത്തരാം." എൽദോ അപ്രത്യക്ഷനായി. സിനിമയിലെന്നപോലെ.

ഇന്ന് ക്യാബിനിൽ കടന്നപ്പോൾ മേശപ്പുറം നല്ല വൃത്തിയായി കിടക്കുന്നു. ഫയലുകളെല്ലാം അടുക്കി വെച്ചിരിക്കുന്നു. കുറേ നാളായി പൂക്കൾ വെയ്ക്കാതിരുന്ന പൂപാത്രത്തിൽ പുതു പൂക്കൾ. എൽദോ പുറത്തിറങ്ങി ഹാളിലേക്ക് എത്തിനോക്കി. അവിടെ ഒരറ്റത്ത് കേശവൻ കുട്ടി സ്വീപ്പർ മീനാക്ഷിയുടെ കൈനോക്കിക്കൊണ്ടിരിക്കുകയാണ്. ശിവനും ജോസഫും രാജേഷും കാഴ്ചക്കാരായിട്ടുണ്ട്. എൽദോ വാച്ചിൽ നോക്കി. സമയം 10.15. അയാൾ അവരറിയാതെ അടുത്തേക്കു ചെന്നു.

"മീനാക്ഷിയുടെ രേഖകളെല്ലാം തെളിഞ്ഞു തന്നെ കിടക്വാണ്. എങ്കിലും ചില പ്രശ്നങ്ങൾ കാണുന്നു."

"പ്രശ്നങ്ങൾ ഇല്ലാത്ത വീടുണ്ടോ?" ശിവൻകുട്ടി ക്രിട്ടിക്കായി.

"എന്താണത്" – മീനാക്ഷി അക്ഷമയായി.

"ദാമ്പത്യം തന്നെ" – കേശവൻകുട്ടി തുറന്നടിച്ചു. മീനാക്ഷിയുടെ മുഖത്ത് ജാള്യത.

"മക്കളൊക്കെ നല്ല നിലയിലാവും. വീടുപണി തീരും."

മീനാക്ഷിയുടെ മുഖത്ത് ആശ്വാസത്തിന്റെ പുഞ്ചിരി വിടർന്നു.

"ഈ കൈനോട്ടം, മഷിനോട്ടം, ജാതകം നോക്കൽ ഒന്നും യുക്തിക്കു നിരക്കുന്നതല്ല. കാശുണ്ടായാൽ വീടുപണിയൊക്കെ രണ്ടു മാസം കൊണ്ടു തീരും". – യുക്തിവാദിയായ ജോസഫ്.

എൽദോ ക്യാബിനിലേക്ക് തിരിച്ചു നടന്നു. ഇതിങ്ങനെ വിട്ടാൽ പറ്റില്ല. അറ്റന്റൻസ് രജിസ്റ്റർ എടുക്കാൻ വന്ന കേശവൻകുട്ടിയെ ഒരു കാര്യം എൽദോ ഓർമിപ്പെടുത്തി.

"കേശവൻകുട്ടീ. ഞാൻ ഓഫീസ് കാര്യങ്ങളിൽ വളരെ സ്ട്രിക്റ്റാണ്. കൃത്യസമയത്തു വരണം. കൃത്യമായി ജോലി ചെയ്യണം,"

"ചെയ്യാം സാർ."

"ഓഫീസ് സമയത്ത് ഭാവി പ്രവചന പരിപാടികൾ ഒന്നും വേണ്ട." – കേശവൻകുട്ടിയുടെ മുഖത്ത് ഒരതൃപ്തിയും ഉണ്ടായിരുന്നില്ല. അയാൾ രജിസ്റ്ററെടുത്ത് ഡയറക്ടറുടെ മുറിയിലേക്കു പോയി.

ഇന്നും കാറിലിരുന്നുകൊണ്ട് നാൻസി ചറപറാന്ന് സംസാരിച്ചുകൊണ്ടിരുന്നു. എൽദോ ഒന്നും കേൾക്കുകയുണ്ടായിരുന്നില്ല. ഇത് ഒരു സ്ഥിരം പരിപാടിയാണ്. യൂണിവേഴ്സിറ്റി ഗേറ്റു മുതൽ തുടങ്ങും. വിഷയം പല

പ്പോഴും എസ്.ഒ.യുടെ ക്രൂരതകൾ, പുതിയ പ്യൂണിന്റെ അഹങ്കാരം, രജിസ്ട്രാറുടെ പക്ഷഭേദം അങ്ങനെ പട്ടിക നീണ്ടുപോകും. വൈകിട്ട് എൽദോ ചായകുടിച്ച് പത്രം വായിക്കാനിരിക്കും. രാവിലെ സമയം കിട്ടാറില്ല. നാൻസിയും മോനും പഠന–പഠിപ്പിക്കൽ ഗുസ്തിയിലാണ്. ഈ സമയത്താണ് എൽദോ തന്റെ ഓഫീസ് വിശേഷങ്ങൾ ചിലതെങ്കിലും അവതരിപ്പിക്കുന്നത്.

"പിന്നെ നാൻസി ഒരു പുതിയ കഥാപാത്രം ഓഫീസിൽ വന്നിട്ടുണ്ട്. ജോയിൻ ചെയ്തിട്ട് മൂന്നു ദിവസമായി. കേശവൻകുട്ടി. ആള് നിന്റെ പാർട്ടിയാ."

"ഏത് പാർട്ടി?"

"ജ്യോതിഷപാർട്ടി."

"കൊള്ളാമല്ലോ. കക്ഷി എങ്ങനെ? ശാസ്ത്രീയമായി പഠിച്ചതാണോ?"

"പാരമ്പര്യ ജ്യോതിഷികളാണെന്നാ പറഞ്ഞത്."

"എന്തായാലും ഓഫീസിലെ മിക്കവാറും എല്ലാവരും കൈനോക്കി കഴിഞ്ഞു."

"എനിക്കയാളെ ഒന്നു പരിചയപ്പെടണം. പറ്റുമെങ്കിൽ എന്റെ കയ്യും ഒന്നു നോക്കിക്കണം." എൽദോ പത്രംകൊണ്ട് മുഖം മറച്ചു. കേശവൻകുട്ടി പലരുടേയും കൈകൾ നോക്കി. ജാതകം കുറിച്ചു കൊടുത്തു. ശുഭകാര്യങ്ങൾക്കായി ശുഭദിനവും ശുഭസമയവും ഗണിച്ചു. ഇവരിൽ സ്വീപ്പർ മുതൽ ഡയറക്ടർ വരെ ഉണ്ടായിരുന്നു. പല "വിശ്വസനീയ" കാര്യങ്ങൾ പ്രവചിച്ചു.

നടന്നു വന്നുകൊണ്ടിരുന്ന കേശവൻകുട്ടി ഇപ്പോൾ "ലിഫ്റ്റി"ലാണ് ഓഫീസിൽ വരുന്നത്. അതും പല മുന്തിയ ഇനം കാറുകളിൽ. രാവിലെ കൃത്യം 7 മണിക്ക് കേശവൻകുട്ടിയുടെ വാടകവീട്ടിൽ "രോഗികൾ" എത്താൻ തുടങ്ങും. പത്തുമണിവരെ 'പ്രാക്ടീസ്' കൃത്യം 10.15ന് കുളിച്ചു കുറിയിട്ട് ഓഫീസിൽ ഹാജർ. ജോലികളിൽ കൃത്യത. മൊബൈൽ ഫോണിലൂടെയുള്ള 'കൺസൽട്ടേഷൻ' അപ്പോഴുമുണ്ട്. എൽദോയ്ക്കു പരാതി പറയാൻ ഒരു വകുപ്പും കിട്ടിയില്ല. ഇത്രയൊക്കെ ആയിട്ടും നാൻസിക്കു മാത്രം കേശവൻ കുട്ടിയെ കാണാൻ കഴിഞ്ഞില്ല.

നാൻസി ഓഫീസിൽ പോകാത്ത ഒരു ദിവസം എൽദോ കേശവൻകുട്ടിയെ കൂടി കാറിൽ കയറ്റി വാടക വീടിനു മുന്നിൽ ഇറക്കി. കാറിലിരുന്നുകൊണ്ട് വീടൊന്ന് ശ്രദ്ധിച്ചു. തരക്കേടില്ലാത്ത ഓടിട്ട വീട്.

"എത്രയാ വാടക?"

"മാസം ആയിരത്തഞ്ഞൂറ് ഉറുപ്യ. സാർ എന്റെ വീട്ടിലൊന്നു കേറീട്ടു പോകാം."

"അതുവേണോ?"

"വരണം സാർ." – രാവിലെ മുതൽ അപരിചിതരെ കാണുന്ന കേശവൻകുട്ടിയുടെ കുട്ടികളുടെ മുഖത്ത് ഒരു ഭാവമാറ്റവും കണ്ടില്ല.

"മക്കളാ. മൂത്തവൻ അഞ്ചില്. മോള് രണ്ടാം ക്ലാസില്. മോനേ അമ്മയെ വിളിക്കെടാ."

കേശവൻകുട്ടി ഭാര്യയെ പരിചയപ്പെടുത്തിക്കൊടുത്തു. "സർ എന്റെ മുറിയിലിരിക്കാം." ഉമ്മറത്തിന്റെ വലത്തുവശത്തു ചേർന്നാണ് "ഓഫീസ്". മുറിയിൽ ചന്ദനത്തിരിയുടേയും നെയ്യ് വിളക്ക് കത്തിയതിന്റേയും സമ്മിശ്രഗന്ധം. മേശപ്പുറത്ത് അടുക്കിവെച്ചിരിക്കുന്ന പുസ്തകങ്ങൾ. സാമാന്യം വലിയ ഒരു ഹാന്റ് ലെൻസ്. വെറുതേ കൗതുകത്തിന് എൽദോ അതെടുത്ത് സ്വന്തം കൈരേഖകളിലൂടെ ഓടിച്ചു നോക്കി. രേഖകൾ വലുതായി വലുതായി ഭീകരരൂപികളാകാൻ തുടങ്ങി.

"എന്താ സാർ ഞാനൊന്നു നോക്കട്ടെ" – പുറകിൽ ചായയുമായി കേശവൻകുട്ടി. എൽദോ ചമ്മിപ്പോയി. പെട്ടെന്ന് ലെൻസ് കയ്യിലെടുത്ത് എൽദോയുടെ കൈവെള്ളയിലൂടെ ഓടിക്കാൻ തുടങ്ങി. കുറച്ചു നേരം രണ്ടുപേരും ഒന്നും മിണ്ടിയില്ല.

"ഞാനെന്തെങ്കിലും പറയണോ? രേഖയിൽ കണ്ടതേ ഞാൻ പറയൂ."

"കേശവൻകുട്ടി എന്താകണ്ടത്?"

"ഞാനൊരു പ്രണയ രേഖ കാണുന്നു."

"ഏത് രേഖ? ഇതുവരെ കേൾക്കാത്ത ഒരു രേഖയാണല്ലോ അത്."

"അല്ല സാർ സത്യം. സാറ് ഒരു കുട്ടിയെ ഗാഢമായി സ്നേഹിച്ചിരുന്നു. ആ കുട്ടിക്കും സാറിനോട് സ്നേഹമുണ്ടായിരുന്നു."

"ശരിയാണ്. പക്ഷേ അതൊക്കെ പഠിക്കുന്ന കാലത്തെ ചില ചാപല്യങ്ങളല്ലേ? ഇപ്പോഴെനിക്കു നാൽപ്പതു വയസായി.

"അതൊക്കെ സമ്മതിക്കുന്നു. പക്ഷേ ആ കുട്ടി ഇന്നും ഒരു കനലായി അത് കൊണ്ടുനടക്കുന്നുണ്ട്." – എൽദോയുടെ നെഞ്ചിലൂടെ ഒരു വാളിറങ്ങിയതുപോലെ തോന്നി.

എൽദോ ശരിക്കുറങ്ങിയിട്ട് മൂന്നു ദിവസങ്ങളായി. നാൻസിയോടും മോനോടും വെറുതേ തട്ടിക്കയറി. ശിവനെഴുതിയ ഫയൽ നോട്ടുകൾ നിർദാക്ഷിണ്യം വെട്ടിക്കളഞ്ഞു. അയാളുടെ അസ്വസ്ഥത നാൻസി ശ്രദ്ധിച്ചു.

"വാട്ടീസ് യുവർ പ്രോബ്ലം എൽദോ. ഓഫീസിലെന്തെങ്കിലും പ്രശ്നങ്ങൾ?" – എൽദോ ഒന്നും മിണ്ടിയില്ല.

"നോക്കൂ ഇപ്പോ സമയം രാത്രി പതിനൊന്നരയായി. ഇങ്ങനെ ഉറങ്ങാതിരിക്കാൻ മാത്രം എന്തോ ഗൗരവമായ പ്രശ്നം നിനക്കുണ്ട്. – നാൻസി വിടാനുള്ള ഭാവമില്ല. നിഷ്കളങ്കനായി ഉറങ്ങിക്കൊണ്ടിരിക്കുന്ന മോൻ ജോയലിന്റെ തലമുടിയിലൂടെ എൽദോ വെറുതേ വിരലുകൾ ഓടിച്ചുകൊണ്ടിരുന്നു.

"കേശവൻകുട്ടി എന്റെ കൈനോക്കി."

"അത്രേയുള്ളോ. ഇതിലൊന്നും വിശ്വസിക്കാത്ത ആളല്ലേ?"

"പക്ഷേ ഇതങ്ങനെയല്ല. സത്യമാണവൻ പറഞ്ഞത്."

"എന്താ പറഞ്ഞത്?"

"സിന്ധു എന്നെ ഇപ്പോഴും കാത്തിരിക്കുന്നുണ്ടെന്ന്."

"ഏത് സിന്ധു. ആ പഴയ സ്കൂൾമേറ്റ്?"

അയാൾ തലയാട്ടി. "യെസ് ഇറ്റ് ഈസ് വെരി ഇന്ററസ്റ്റിംഗ്. സൊലൂഷൻ ഈസ് സിംപിൾ എൽദോ. നമുക്ക് അടുത്ത ആഴ്ച തന്നെ അവളെ കാണാൻ പോകാം. സൗഹൃദം പുതുക്കാം. എനിക്കും അവളെ ഒന്നു കാണണമെന്നുണ്ട്."

"നോ നാൻസി അതുവേണ്ട."

"ഡോണ്ട് മിസ് അണ്ടർസ്റ്റാന്റ് മീ. കാര്യങ്ങളെ വിശാലമായി കാണുന്നവളാണ് ഞാൻ. നിനക്കു മാത്രമേ എന്നെ മനസിലാക്കാൻ കഴിയൂ. യെസ് എൽദോ. നമുക്കിടയിൽ ഉള്ളത് ഒരു അൺകണ്ടീഷണൽ ലൗ അല്ലേ?" – ഒന്നും പിടികിട്ടാതെ അയാൾ നാൻസിയെ മിഴിച്ചു നോക്കി.

"വാ ഇപ്പോ കെടന്നുറങ്ങ്." – എൽദോയുടെ കഴുത്തിലൂടെ കയ്യിട്ട് അവൾ കിടക്കയിലേക്ക് മറിഞ്ഞു.

അടുത്ത രണ്ടാംശനി സിന്ധുവിന് വേണ്ടി മാറ്റിവച്ചു. എൽദോയുടെ വീടിനു മുൻപാണ് സിന്ധുവിന്റെ വീട്. അന്നത്തെ വിശാലമായ പറമ്പുകളിലെല്ലാം പുതിയ വീടുകൾ ഉയർന്നിരിക്കുന്നു. പലയിടത്തും "ലാന്റ് ഫോർ സെയിൽ" ബോർഡുകൾ. വീടുകളുടെ മതിലുകളിൽ റസിഡൻസ് അസോസിയേഷന്റെ വീട്ടുനമ്പർ മഞ്ഞളിച്ചു കിടക്കുന്നു. എൽദോ കാർ റോഡിൽ ഒതുക്കിയിട്ടു.

മുറ്റത്തെ ചരലിലൂടെ നടക്കുമ്പോൾ ഷൂ പ്രതിഷേധശബ്ദമുണ്ടാക്കി. പതിഞ്ഞ കാലടികളോടെ നടക്കാനയാൾ ആഗ്രഹിച്ചു. താനും സിന്ധുവും ഓടിക്കളിച്ച മുറ്റമാണിത്. അടുത്ത വീട്ടിലെ ഒരു കാരണവർ കണ്ണിനു മുകളിൽ കൈവെച്ചു നോക്കുന്നുണ്ടായിരുന്നു.

"അമ്മേ ദേ ആരോ വന്നിരിക്കുന്നു." അകത്തു നിന്നും ഒരു നിഴൽ വരുന്നതായി തോന്നി.

"ആരാ മനസ്സിലായില്യാ." – തീരെ നേർത്ത ശബ്ദം

"സിന്ധുവല്ലേ? എനിക്കു മനസിലായി. ഞാൻ നാൻസി. ഇത് എന്റെ ഭർത്താവ് എൽദോ. ഒന്നോർത്തു നോക്കിക്കേ ആരാണെന്ന്?" – നാൻസി ഒറ്റശ്വാസത്തിലാണ് ഇത്രയും പറഞ്ഞത്.

"എൽദോ ചെറിയാൻ!" – സിന്ധുവിന്റെ മുഖം പെട്ടെന്ന് ചുവന്നു പ്രകാശിച്ചു. എൽദോയ്ക്ക് ഒന്നും പറയാൻ കഴിഞ്ഞില്ല. സത്യത്തിൽ നാൻസിയുടെ സാന്നിധ്യം അയാൾക്ക് സങ്കോചമുണ്ടാക്കി.

"ഈ കുട്ടികൾ"

"രണ്ടുപേർ എന്റെയാണ്"

"ഭർത്താവ് എന്തു ചെയ്യുന്നു?"

"ചന്ദ്രേട്ടൻ മരിച്ചുപോയി". നാൻസി പെട്ടെന്ന് അവളേയും കൂട്ടി അകത്തേക്കു കയറിപ്പോയി. എൽദോ വെറുതേ പൂമുഖത്തെ മരക്കസേരയിലിരുന്നു. ചുമരിൽ ഒരു ഫോട്ടോ ചില്ലിട്ടുവച്ചിരിക്കുന്നു.

"എന്റെച്ഛനാ."

"എന്താ മോന്റെ പേര്?"

"നന്ദകുമാർ. നന്ദൂന്ന് വിളിക്കും."

"എൽദോ നീയിവിടെ ഇരിക്കുകയാണോ. പുവർ ഗേൾ. അവളോട് ഒരാശ്വാസവാക്കെങ്കിലും പറയൂ." നാൻസി പെട്ടെന്നു തിരിച്ചുവന്ന് സ്വരം താഴ്ത്തി പറഞ്ഞു. എൽദോ അകത്തു കടന്നു. സിന്ധുവിന്റെ മുഖത്ത് പഴയ കുസൃതിച്ചിരി വേദനയോടെ വിടരുന്നത് അയാൾ കണ്ടു.

"എന്നാണ് ചന്ദ്രൻ മരിച്ചത്?"

"ഈ ഓണത്തിന് ഒരു വർഷമാകും. മരിച്ചതല്ല കൊന്നതാ."

"ആര്?"

"എതിർഗ്രൂപ്പുകാർ. ചന്ദ്രേട്ടന്റെ ഓമനപ്പേര് വാൾ ചന്ദ്രൻ എന്നായിരുന്നു. നാട്ടുകാർക്കും പൊലീസിനും സമാധാനമായി" – സിന്ധുവിന്റെ മുഖത്തെ നിസ്സംഗത എൽദോയെ ഭയപ്പെടുത്തി.

"നിനക്കു ജോലി വല്ലതും...?"

"ഞാനൊരു പ്ലേസ്കൂൾ നടത്തുന്നുണ്ട്. ആ കുട്ടികളാ മുറ്റത്തു കളിക്കണത്."

"കൂട്ടിന് രാത്രിയിൽ ആരെങ്കിലും" സിന്ധുചിരിച്ചു.

"ചന്ദ്രേട്ടൻ ഇപ്പോഴും ഇവിടെതന്നെയുണ്ട്. കുട്ടികൾ രണ്ടും എന്റെ ഇടത്തും വലത്തും. പിന്നെ ഒരു വലയമായി നീയും." പെട്ടെന്ന് അവൾ എൽദോയ്ക്കു പുറം തിരിഞ്ഞു നിന്നു.

എൽദോ അറിയാതെ സിന്ധുവിന്റെ കൈപിടിച്ചു. ഉള്ളം കയ്യിന് അപ്പോൾ ഇളം ചൂടുണ്ടായിരുന്നു.

ഒരു തണുത്ത കരസ്പർശംപോലെ...

"ആരാദ്? മനസിലായില്ല്യാല്ലോ..."

"കെഴക്കേടത്തെ അന്തോണീടെ..."

"അതെ."

"കുട്ടി പ്പോ എവിട്യാ? കൊറെ വടക്കാണെന്ന് കേട്ടു."

"ഞാൻ സംശയത്തോടെ ആ വൃദ്ധനെ നോക്കി നിന്നു."

"മനസ്സിലായി. ഞാനാരാന്നല്ലെ വിചാരിക്കണത്."

ഞാനൊന്നു ചിരിച്ചു.

"ഞാൻ രാമൻ നായര്. കുട്ടീടച്ഛനും ഞാനും ഒരുമിച്ച് പഠിച്ചതാ. പഴേ തേർഡ് ഫോറം". മുറുക്കൻ കറപിടിച്ച പല്ലുകാട്ടിയുള്ള നിഷ്കളങ്കമായ ചിരി.

"ഞാനാപ്പോ ഈ നെലം നോക്കണത്. കോടതീന്ന് ജപ്തി വന്ന് ലേലത്തിന് വെച്ചപ്പോ ഞാനങ്ങ് വാങ്ങിച്ചു. പാങ്ങ്ണ്ടായിട്ടല്ല. കൃഷിഭൂമി നശിക്കണത് എനിക്ക് സഹിക്കില്ല്യ കുട്ട്യേ അതോണ്ടാ." – വികാരാധീനനായി അയാൾ അതു പറഞ്ഞപ്പോൾ എന്റെ ഉള്ളിലെവിടെയോ ഒരു തേങ്ങലുണ്ടായി.

"കുട്ടിയിവിടെ നിക്കൂട്ടോ ഞാൻ ദാ വരണു." പുതുതായി പിടിപ്പിച്ച വരമ്പിലൂടെ രാമൻ നായര് നടന്നു.

ചക്രത്തിന്റെ ദ്രവിച്ചു തുടങ്ങിയ ഇലകളെ ഞാൻ കൗതുകത്തോടെ നോക്കി. ചക്രം കുറ്റിയോടെ പറിച്ചെടുത്ത് മാറ്റിയിട്ടിരിക്കുന്നു. ചക്രം സ്ഥാപിച്ചിരുന്ന കുഴയിന്ന് കിണറായി മാറിയിരിക്കുന്നു. നല്ല ആഴമുണ്ട്. പണ്ട് ഈ കുഴിയിൽ വീണാണ് എന്റെ ഒരു അനന്തിരവൻ മരിച്ചത്. ചക്രത്തിന്റെ ചവിട്ടിനനുസരിച്ച് വെള്ളം ഇലകളിലൂടെ ഒഴുകുമായിരുന്നു. ഇന്ന് ഈ കിണറ്റിൽ ഒരു മോട്ടോർ ഇരുന്ന് മുരളുന്നു. ചക്രം ചവിട്ടുകാരുടെ

പാട്ട് കേട്ട് കോൾമയിർ കൊണ്ടിരുന്ന വയൽ സുന്ദരിക്ക് ഈ കിർലോസ്കർ സുന്ദരന്റെ ഷവർ ബാത് ഒട്ടും പിടിക്കുന്നുണ്ടാകില്ല.

"ഏറ്റം മൂത്തോൻ സർക്കാരുദ്യോഗം കളഞ്ഞ് അമേരിക്കാലാന്ന് കേട്ടു?" രാമൻ നായരുടെ പെട്ടെന്നുള്ള ചോദ്യം എന്നെ ഉണർത്തി.

"അതെ" – കണ്ടത്തിന്റെ വരമ്പുകളിൽ പൊന്മകളും കൊക്കുകളും നിരനിരയായിരിക്കുന്നു. ഉഴവുചാലുകളിൽ തെളിയുന്ന പരൽമീനുകളെ എത്ര കൃത്യമായാണ് അവ കൊത്തിയെടുക്കുന്നത്.

ഞങ്ങൾ കന്നുപൂട്ടുകാരന്റെ അടുത്തെത്തി. അയാൾ എന്നെ സംശയത്തോടെ ഒന്നു നോക്കി. കാളകളെ വാലിൽപിടിച്ചിളക്കി ഉത്തേജിപ്പിച്ചു. ഒരു നിയോഗം പോലെ അവ കലപ്പ വലിച്ചു.

"ശങ്കരാ ഇന്ന് എത്ര ചാലായി?"

"രണ്ട്."

"ശരി ഒന്നൂടെ ആയിക്കോട്ടെ."

"ഇമ്പ്രാളെ ഒരു ചായ കുടിക്കട്ടെ." കാളകളെ അയാൾ വലിച്ചു നിർത്തി. അവയുടെ കിതപ്പ് വ്യക്തമായി കാണാനുണ്ടായിരുന്നു.

"ശരി ശങ്കരാ. കുട്ട്യേ നമുക്കും ഓരോ ചായകുടിക്കാം." രാമൻ നായര് തലയിലെ തോർത്തഴിച്ച് കുടഞ്ഞു. കഷണ്ടിയുടെ ആക്രമണം രൂക്ഷമായിട്ടുണ്ട്.

"അമ്മിണ്യേ ഇന്നത്തോണ്ട് ഈ കണ്ടം കൂടി കഴിയണം ട്ടോ" – നിരനിരയായി കുനിഞ്ഞു നിന്ന് ഞാറുനടുന്ന പെണ്ണുങ്ങൾ രസിച്ചു സംസാരിക്കുന്നതിനിടയിൽ രാമൻനായരുടെ ഓർമിപ്പിക്കലിന് കാര്യമായി പരിഗണന കൊടുത്തതായി കണ്ടില്ല.

"പണിക്കൊന്നും ആളെ കിട്ടാണ്ടായി. കിട്ട്യാത്തന്നെ എത്ര്യാ ഇപ്പഴത്തെ കൂലി? ന്നാലും വേണ്ടില്ല്യ നല്ല അരീടെ കഞ്ഞികുടിക്ക്യാലോ."

ചെറിയ വരമ്പിൽ നിന്നും ഞങ്ങൾ വലിയ വരമ്പിലേക്ക് കയറി. വരമ്പിന്റെ പാർശ്വങ്ങൾ പുതിയ ചെളി എടുത്ത് തേമ്പിയിരിക്കുന്നു. വലിയ വരമ്പ് തോടിന്റെ കരയുമായി സന്ധിക്കുന്നു. സ്വച്ഛമായി ഒഴുകുന്ന തോട്.

"കാലും മൊഖോം ഒന്നു കഴുകട്ടെ." – രാമൻ നായര് തോട്ടിലിറങ്ങി. നല്ലസുഖമുള്ള കാറ്റ്. ചേറും വിയർപ്പുംകൂടി കലർന്ന ഒരു പ്രത്യേക ഗന്ധം. എന്തുകൊണ്ടോ പാന്റ്സ് ചുരുട്ടിക്കയറ്റി ഞാനും തോട്ടിലിറങ്ങി. തണുത്ത നേർമതയുള്ള വെള്ളം. കാലുകൾക്കിടയിലൂടെ മീനുകൾ ഉരുമ്മി നടന്നു. കാലിലെ കുളിർമ ശരീരത്തിലാകമാനം പടരുന്നു. കുനിഞ്ഞൊരു കുടന്ന വെള്ളമെടുത്ത് മുഖത്തൊഴിച്ചു. വീണ്ടും കുനിഞ്ഞപ്പോൾ ഞാനാമുഖം ശ്രദ്ധിച്ചു. മന്ദമായ ഒഴുക്കിൽ എന്റെ മുഖം ഇളകിയാടുന്നു. ഓരോ അലമുറികളിലും എന്റെ പലമുഖങ്ങൾ. ഒരെണ്ണം ജോസഫ് ആന്റണിയുടേത്. ജനറൽ മാനേജർ ഓഫ് മീര എക്സ്പോർട്ട്സ്! മറ്റൊരെണ്ണം പഴയ ഔസേപ്പിന്റേത്.

"എടാ ഔസേപ്പേ നീ പോയി കണ്ടത്തില് കഴ പൊട്ടീട്ടുണ്ടോന്ന്

നോക്കിയിട്ട് വാടാ" – അപ്പന്റെ ആജ്ഞ. ഇവിടെ എവിടെനിന്നോ കേൾക്കുന്നുണ്ട്. അതിരാവിലെ തന്നെ ഞങ്ങൾ മക്കൾ അഞ്ചുപേരും പാടത്തും കണ്ടത്തിലുമായി ഉണ്ടാകണം.

"എടാ, ഇപ്പഴത്തക്കാലത്ത് പഠിച്ചോണ്ടൊന്നും വല്ല്യകാര്യല്ല. നിങ്ങള് കൃഷി ചെയ്യ്. മണ്ണ് ചതിക്കില്ല. സർക്കാര് പണി കിട്ടാൻ സേവേം ശിപാർശേം വേണം." കന്നുപൂട്ട്, കട്ടയുടയ്ക്കൽ, വെള്ളം തിരിച്ചുവിടൽ, കൊയ്ത്ത്, മെതി തുടങ്ങി എല്ലാ പണികളും ഞങ്ങൾ ചെയ്തു. അപ്പന്റെ മുന്നിൽ ഞങ്ങൾ മക്കൾ അഞ്ച് കർഷകരായിരുന്നു. മക്കൾ എല്ലാവരും വലിയ ഉദ്യോഗസ്ഥന്മാരാകണം എന്ന് സ്വപ്നം കണ്ടിരുന്നു; അമ്മ.

ചേട്ടന്മാർ ആദ്യമേ അപ്പനെ ധിക്കരിക്കാൻ തുടങ്ങി. സർക്കാരുദ്യോഗം നേടി അവർ സ്വതന്ത്രരായി. അനിയന്മാരും ഞാനും ചേറിൽ കിടന്ന് ഉഴറി. ചേട്ടന്മാരുടെ ധിക്കാരം അപ്പന് സഹിച്ചില്ല. അതിനിടയിലും ഞാനൊരു ഡിഗ്രി സമ്പാദിച്ചത് വലിയ കാര്യം തന്നെയായിരുന്നു.

ഇതൊക്കെയാണെങ്കിലും അപ്പൻ ശുദ്ധഹൃദയനായിരുന്നു. ആരെയും പെട്ടെന്ന് വിശ്വസിക്കുന്നവൻ. പകലിലെ ക്ഷീണം മുഴുവൻ വാറ്റുചാരായത്തിൽ ഇല്ലാതാക്കും. ഞങ്ങളുടെ പറമ്പിന്റെ അറ്റത്ത് വാറ്റുകാർ ചാരായ കന്നാസുകൾ ഒളിപ്പിച്ചു വച്ചു. അപ്പന്റെ മൗനസമ്മതം അവർക്ക് ധൈര്യമേകി. എക്സൈസ് ഗാർഡുകൾ ("ഷാൾട്ടാര്" – അപ്പന്റെ ഭാഷയിൽ) പറമ്പ് അരിച്ച് പെറുക്കും. കുപ്പികൾ തല്ലിയുടയ്ക്കും. കന്നാസുകൾ എടുത്ത് ജീപ്പിൽ വയ്ക്കും.

"ചെറ്റകള്! കുറച്ച് പാവങ്ങള് ജീവിക്കട്ടേന്ന് വെയ്ക്കില്ല." അപ്പന്റെ രൂക്ഷമായ കാർപ്പിച്ച് തുപ്പൽ കണ്ട് ഞങ്ങൾ ഉള്ളിൽ ചിരിക്കും. വൈകുന്നേരങ്ങളിൽ അപ്പന്റെ നിഴൽ വീട്ടിലേക്കുള്ള ഒറ്റയടിപ്പാതയിൽ തെളിയുന്നുണ്ടോയെന്ന് നോക്കിയിരിക്കും. നാട്ടിലെ പ്രമാണിമാരെയും കടം വാങ്ങിയവനേയും കണ്ടത്തിലേ വെള്ളം മോഷ്ടിച്ചവനേയും എല്ലാം അപ്പൻ ആ സമയത്ത് പലിശ സഹിതം തെറി വിളിക്കും. നല്ല നാടൻ തെറി!

അന്ന് രാത്രിക്കു കട്ടികൂടിയിട്ടും അപ്പന്റെ നിഴൽ ഞങ്ങൾ കണ്ടില്ല. അമ്മയുടെ നെഞ്ചിടിപ്പ് വർധിച്ചു. ഒടുവിൽ ഞാൻ അന്വേഷിച്ചിറങ്ങി. ഒറ്റയടിപ്പാത അവസാനിക്കുന്ന വളവിൽ വച്ച് ഞാനവരെ കണ്ടു. നിർത്തിയിട്ടിരിക്കുന്ന ടാക്സി കാർ.

ഞാൻ വീട്ടിലേക്ക് തിരിച്ചോടി പായവിരിച്ചു. അപ്പനെ അവർ നിവർത്തികിടത്തി. നീണ്ട് നിവർന്ന് അപ്പൻ അനങ്ങാതെ കിടന്നു. മദ്യത്തിന്റെ രൂക്ഷഗന്ധം.

"എന്നാൽ പിന്നെ അച്ചനോട് സമയം ചോദിക്കാം." – ആരോ പറഞ്ഞത് ഞാൻ അവ്യക്തമായി കേട്ടു. എന്നും മരണം ഏകപക്ഷീയമായ വിജയം നേടുന്നു. അല്ല, അപ്പൻ മരിച്ചതല്ല. മുൻപേതോ പുസ്തകത്തിൽ വായിച്ചതുപോലെ അപ്പൻ മറ്റൊരു അവസ്ഥയിലേക്ക് മാറിയിരിക്കുന്നു. പിറ്റേന്ന് മരണവീട്ടിൽ വന്നുകൂടിയ സഹകുടിയന്മാരിൽ നിന്ന്

ഞാൻ മരണവൃത്താന്തം അറിഞ്ഞു. ഒരു തുള്ളി വെള്ളംപോലും ചേർക്കാതെ ഒരു കുപ്പി വാറ്റു ചാരായം കുടിക്കണം എന്ന അപ്പന്റെ വന്യമായ ആഗ്രഹത്തിന്റെ പൂർത്തീകരണമായിരുന്നു അത്.

വാറ്റുകാരൻ ഗോപാലൻ നല്ല അസ്സൽ ചാരായമെടുത്ത് ഗ്ലാസിൽ ഒഴിച്ചു. കുടിക്കാനാഞ്ഞ അപ്പന്റെ കൈ തട്ടിമാറ്റിക്കൊണ്ട് അവൻ ഒരു തീപ്പെട്ടിക്കമ്പ് കത്തിച്ചു തീ നാളത്തിലേക്ക് ചാരായം വീഴ്ത്തി. അത് ആളിക്കത്തി.

"കണ്ടില്ലേ നീം വേണോ?"

അപ്പന്റെ വാശിക്കു മുന്നിൽ ഗോപാലൻ നിസ്സഹായനായിരുന്നു.

"എന്താ കുട്ട്യേ കേറാത്തെ വെള്ളം അത്രയ്ക്കങ്ങട്ട് പിടിച്ചൂല്ലേ" – ശരിയാണ് നഗരത്തിലെ തുരുമ്പെടുത്ത പൈപ്പിലൂടെ ഒഴുകിയെത്തുന്ന ക്ലോറിൻ വെള്ളത്തിന് ഈ അനുഭൂതി തരാൻ ഒക്കുമോ. ഞാൻ തോട്ടിൽ നിന്നും കയറി ക്യാമറ കൈയിലെടുത്തു. ഒരു സ്നാപ്പെടുത്താലോ. വേണ്ട. ഈ വിശുദ്ധ സൗന്ദര്യം എന്റേതുമാത്രമായിരിക്കട്ടെ.

"കുട്ടീ ഇപ്പോ വന്നതിന്റെ....?" രാമൻ നായര് തികച്ചും അപ്രതീക്ഷിതമായ ഒരു ചോദ്യമെറിഞ്ഞു.

"പ്രത്യേകിച്ച് ഒന്നുമില്ല." – ഞങ്ങൾ ഒരു ചായക്കടയിൽ കയറി. കറുത്ത മിനുസം വന്ന ബെഞ്ചുകളും ഡെസ്കുകളും "മരിച്ച അന്തോണ്യേട്ടന്റെ...?"

"അതേന്നേ നമ്മുടെ ഔസേപ്പുട്ടി തന്നെ." രാമൻ നായര് വിശദമാക്കിക്കൊടുത്തു. ചായക്കടക്കാരൻ വാസുവിന് നല്ല മുഖപ്രസാദം.

ഇനി വീടും പറമ്പും തിരിച്ചു വാങ്ങണുണ്ടാവും ഇല്ല്യേ? തനിക്കിനിയും വീടും പറമ്പോ? എന്തിന്? ഈ മണ്ണ് എനിക്ക് അന്യമായില്ലേ? ഞാനിനി അവിടെ ചെന്നാൽ മുറ്റത്തെ വലിയ പ്ലാവും അതിലെ കാക്ക കുടുംബവും എന്നെ ആട്ടിയിറക്കില്ലേ? വേണ്ട. അപ്പൻ മരിച്ചതിന്റെ നാലാം നാൾ ഭീരുവിനെപ്പോലെ വീടും നാടും വിട്ട ഞാൻ ....

ഭംഗിയായി പെയിന്റടിച്ച മതിൽ മീരാ മാൻഷൻ! ഗെയ്റ്റിൽ BEWARE OF DOGS! ശരിയാണ് സൂക്ഷിക്കണം. മീരയ്ക്ക് ഒരു കൂട്ടം നായ്ക്കളുണ്ട്. ഡോബർമാൻ മുതൽ റീട്രീവർ വരെ. എല്ലാത്തിനും മീരയോടും വല്യ സ്നേഹമാണ്.

ജോസഫ് എന്നെ നിങ്ങളുടെ നാട്ടിലെന്താ കൊണ്ടുപോകാത്തത്? – അവൾ കൂടെക്കൂടെ എന്നോട് ചോദിക്കും. കേരളത്തിലെ ഗ്രാമങ്ങളെക്കുറിച്ച് ഒരു തീസിസ് തയ്യാറാക്കണമെന്നുണ്ടത്രേ. ഒഴിവു ദിവസങ്ങളിൽ ഞങ്ങൾ നടക്കാനിറങ്ങും. വിരലുകൾ കോർത്തുപിടിച്ച് റോഡിലൂടെ നടക്കുമ്പോൾ അവളുടെ കൈവെള്ളയിലെ ഊഷ്മളത ഞാൻ ആസ്വദിച്ചിരുന്നു. ബീച്ചിൽ, ഐസ്ക്രീം പാർലറിൽ, തീയേറ്ററിൽ ഞങ്ങൾ (ഞാൻ) ഇളംചൂടുമായി ഒഴുകി നടന്നു. രാത്രിയുടെ അഗാധതയിൽ മീര എന്റെ നെഞ്ചിൽ തല ചേർത്ത് ഉറങ്ങും. അവളുടെ മുടിയിഴകളിൽ വിരലോടിച്ച് കിടക്കവേ ഞാൻ ആ വിളി പലപ്പോഴും കേൾക്കാറുണ്ടായിരുന്നു.

"ഔസേപ്പേ എടാ...." ചുവന്ന കണ്ണുകളുമായി അപ്പന്റെ മുഖം മുന്നിൽ തെളിയുമ്പോൾ ഭീതിയോടെ, കുറ്റവാളിയെപ്പോലെ മീരയുടെ മുടിയിഴകൾക്കിടയിൽ ഞാനെന്റെ മുഖം ഒളിപ്പിക്കും. അവിടെ ചന്ദന തൈലത്തിന്റെ സുഗന്ധം ഞാൻ ആസ്വദിക്കും.

ചായക്കടയിൽ നിന്ന് പുറത്തിറങ്ങിയപ്പോൾ നല്ല ചൂട്.

"ചേട്ടന്മാരടേം അനിയന്മാരടേം വീട്ടിലൊന്നും കേറണില്ല്യേ?"

"ഇല്ല."

"ഉം അതെന്താ? ഇവിടെവരെ വന്ന സ്ഥിതിക്ക്...."

"വേണ്ട രാമൻ നായരെ."

"അപ്പോ തിരിച്ചു പോവ്വാണോ?"

"ഇനി എന്നാ കാണ്വാ?"

"പറയാനൊക്കില്ല"– രാമൻ നായര് അടുത്ത് കണ്ട ഒരു മരത്തണ ലിലേക്ക് മാറി നിന്നു.

"എനിക്കൊരു കാര്യം പറയാനുണ്ടായിരുന്നു. കുട്ടീടെ അമ്മ മരി ക്കുമ്പോൾ വല്ല്യേ കഷ്ടത്തിലായിരുന്നൂട്ടോ. ന്താച്ചാ പള്ളിക്കാര് കെട്ടി ക്കൊടുത്ത കൂരയിലായിരുന്നു താമസം. മക്കളൊന്നും അടുത്തുണ്ടായി രുന്നില്ല."

"ചേട്ടന്മാരും..."

"നല്ല കഥ. അവരൊക്കെ അച്ചിമാരുടെ വാലാട്ടികളല്ലേ."

"കുട്ടിംണ്ടായിരുന്നില്ല്യാല്ലോ." – രാമൻ നായർ അത് കുറച്ച് കടു പ്പിച്ച് തന്നെ പറഞ്ഞു.

"മരിക്കാൻ നേരത്ത് അമ്മ രണ്ടായിരം ഉറുപ്പ്യ എന്നെ എൽപ്പിച്ചി ട്ടുണ്ട്."

"എന്തിന്?"

"അമ്മേടേം അപ്പന്റേം പേർക്ക് എല്ലാക്കൊല്ലവും സൗകര്യമുള്ള പള്ളീല് ഒരു കുർബാന"

ഞാനൊന്നും മിണ്ടിയില്ല. "എല്ലാവരും പോയപ്പോഴും കുട്ടി തിരിച്ചു വരുംന്നന്യാ അമ്മ കരുതീത്."

എനിക്ക് തല ചുറ്റുന്നതുപോലെ തോന്നി. വീഴാതിരിക്കാൻ ശ്രമിച്ചു. ഉള്ളു തുറന്ന് പൊട്ടിക്കരയാൻ പോലും പറ്റാത്ത അവസ്ഥ.

"എന്റെ കൂടെ വരൂ. ഞാൻ കാശെടുത്തു തരാം." – അയാളുടെ പുറകേ വിധേയനെപ്പോലെ ഞാൻ നടന്നു. കാശുപൊതി ഏൽപ്പിക്കു മ്പോൾ ആ വൃദ്ധന്റെ കൈകൾ വിറയ്ക്കുന്നുണ്ടായിരുന്നു. അയാളുടെ കണ്ണുകളിലേക്ക് നോക്കാൻ എനിക്ക് ധൈര്യമുണ്ടായില്ല.

സെമിത്തേരിയിൽ നല്ല വെയിൽ. സാദാ കുഴികളൊന്നും കാണു ന്നില്ല. എല്ലാം സ്ലാബിട്ടവ. പണ്ട് ധർമക്കുഴികളുണ്ടായിരുന്ന സ്ഥലത്ത് ഇന്നും കാടും പടലും തന്നെ. മാർബിൾ പതിപ്പിച്ച് മോടിയാക്കിയവ വെയി ലിൽ വെട്ടിത്തിളങ്ങി. ഞാൻ കല്ലറകൾക്കിടയിലൂടെ നടന്നു. അപ്പന്റെയും അമ്മയുടെയും കുഴികൾ ഞാൻ തിരഞ്ഞു. കണ്ടുപിടിക്കാൻ കഴിയുന്നില്ല.

സെമിത്തേരിയിലുള്ള ചാപ്പലിനു മുന്നിൽ ഞാൻ നിശ്ശബ്ദനായി നിന്നു. ഒരു പ്രാർഥനാ വചനംപോലു എന്റെ ഉള്ളിൽ ഉണ്ടായിരുന്നില്ല. നിർവികാരനായി ഞാൻ തിരിച്ചു നടന്നു. പക്ഷേ ഇപ്പോഴും ആ വിളി ഞാൻ കേൾക്കുന്നു.

– മൃദുലമായി

– സൗമ്യമായി

– ഒരു തണുത്ത കരസ്പർശം പോലെ

“മോനേ നീ ഞങ്ങളെ വിട്ട് ഇനിയും പോവ്വാണോ?”

പ്രതീക്ഷ നിറഞ്ഞ കണ്ണുകളുമായി അമ്മയെ ഞാൻ കണ്ടു. രണ്ടു കൈകളും നീട്ടി പുണരാനായി അടുത്ത അമ്മയുടെ പുറകിൽ ചുവന്ന കണ്ണുകളുമായി അപ്പൻ.

അമ്മയുടെ പ്രതീക്ഷയേയും അപ്പന്റെ പ്രതികാരത്തേയും അവഗണിച്ചുകൊണ്ട് തിരിഞ്ഞു നടക്കുമ്പോഴും അമ്മേ എന്ന് വിളിക്കാൻ ഞാൻ ശ്രമിച്ചു. പക്ഷേ എനിക്കതിന് കഴിഞ്ഞില്ല.

ഒറ്റമൂലിയില്ലാത്ത മഞ്ഞപ്പിത്തം

സോളമന്റെ വീടിന്റെ പടികടന്നപ്പോഴേ അകത്ത് എന്തൊക്കെയോ വലിച്ചെറിയുന്ന ശബ്ദം ഞാൻ കേട്ടു. പുറത്ത് ചെരുപ്പൂരിയിട്ട് കോളിങ് ബെല്ലിൽ വിരലമർത്തി. കുറച്ചു നേരത്തേക്ക് ആരേയും കണ്ടില്ല. അകത്ത് വീണുടയുന്നതിന്റേയും സോളമന്റെ അമ്മയുടെ കരച്ചിലും ശകാരവാക്കുകളും അലയടിക്കുന്നു. ഞാൻ ഒന്നുകൂടെ ബെല്ലിൽ വിരലമർത്തി. മുൻവശത്തെ കതകു തുറന്നു. ഇത് സോളമന്റെ ജന്മവീടാണ്. അവൻ സ്വന്തമായി വെച്ച വീട് നഗരത്തിലെവിടെയോ ആണ്.

"എന്താ അമ്മച്ചീ പ്രശ്നം?"

"എന്താന്ന് അറിയില്ല കുഞ്ഞേ. അവനിന്നലെ തൊട്ട് തൊടങ്ങീതാ. എന്നെ കണ്ടാ അവന് കലി വരും."

ഞാൻ പൂമുഖത്തു കയറി നടുമുറിയിലേക്കു പാളിനോക്കി. സോളമൻ ഒരു ചാരുകസേരയിൽ കിടക്കുകയാണ്. പണ്ട് ആ കസേരയിൽ സോളമന്റെ അപ്പൻ ചാക്കോച്ചേട്ടൻ കിടക്കുന്നതു ഞാൻ കണ്ടിട്ടുണ്ട്. ഇതിനിടയിൽ അമ്മച്ചി മുറിയിൽ പോയി ഒരു കവർ എടുത്തുകൊണ്ടു വന്ന് എന്റെ നേരെ നീട്ടി.

"കുഞ്ഞേ ഇതൊന്നു വായിച്ചേ. അപ്പടി ഇംഗ്ലീഷാ. ഇത് കിട്ട്യേ പിന്നാ അവനീ ദേഷ്യം." – ഞാൻ കവർ തുറന്ന് വെള്ള പേപ്പറിലെ ഉള്ളടക്കം വായിച്ചു. അൽപ്പസമയത്തേക്ക് എനിക്ക് ഒന്നും കാണാനാകാത്തതു പോലെ.

"എന്താ മോനേ ഇതിലെഴുതിയിരിക്കുന്നത്? രക്തം പരിശോധിച്ച കടലാസ്സല്ലേ?"

"ഇതിൽ കുഴപ്പമൊന്നുമില്ല അമ്മച്ചീ. സോളമന് പ്രഷർ അൽപ്പം കൂടുതലാ. പ്രഷറ് കൂടിയാൽ ദേഷ്യം വരും." അമ്മച്ചിയുടെ കണ്ണിലെ

അവിശ്വാസത്തിന്റെ കണിക കണ്ടില്ലെന്ന് നടിച്ചുകൊണ്ട് ഞാൻ സോളമന്റെ മുറിയിലേക്കു പോയി. അവൻ ഒരു ചെക്ക് എഴുതിക്കൊണ്ടിരിക്കുന്നു. രണ്ടു ലക്ഷം രൂപ മാത്രം എന്നെഴുതി താഴെ ഒപ്പിട്ടു. ഇപ്പോഴവൻ തികച്ചും ശാന്തനാണ്. ചെക്ക് എന്റെ നേരെ നീട്ടി.

"എന്താണിത് സോളമാ"

"ഇതൊരു ക്യാഷ് ചെക്കാണ്. ആര് ഒപ്പിട്ടുകൊടുത്താലും പണം കിട്ടും. നീ ഇത് എന്റെ മകന് കൊടുക്കണം. അവന്റെ വിദ്യാഭ്യാസ വായ്പ തീർക്കാൻ പറയണം."

"ഇതുവേണോ? ഈ വായ്പ അവൻ തന്നെ തിരിച്ചടയ്ക്കേണ്ടതാണ്. തന്നെയുമല്ല, അവന് ക്യാമ്പസ് സെലക്ഷൻ കിട്ടിയിരിക്കുകയല്ലേ?"

"അല്ല ഭദ്രാ, എന്റെ മോന് വേണ്ടി എനിക്ക് ഇത്രയെങ്കിലും ചെയ്യണം. അല്ല എനിക്കിതേ സാധിക്കൂ."

"സോളമാ നീ ശാന്തനാകൂ" – ഞാൻ അവന്റെ കൈ കൂട്ടിപ്പിടിച്ചപ്പോൾ കൊച്ചുകുട്ടിയെപ്പോലെ കരയാൻ തുടങ്ങി.

"നീ എനിക്കുവേണ്ടി മരിയയെ ഒരിക്കൽ കൂടി കാണണം. അവളയച്ചു തന്ന ഡൈവോഴ്സ് നോട്ടീസ് ഞാൻ ഒപ്പിട്ടിട്ടുണ്ടെന്ന് പറയണം. ബട്ട് സ്റ്റിൽ ഐ ലൗ ഹേർ! എനിക്കവളെ ദൂരെ നിന്നെങ്കിലും ഒന്നു കാണണം." – ഞാൻ സോളമന്റെ പുറം തടവിക്കൊണ്ട് കട്ടിലിൽ കൊണ്ടിരുത്തി. പുറത്തെ എല്ലുകൾ എന്റെ കൈകളിൽ തടഞ്ഞു.

മരിയാ സോളമന്റെ ഫ്ളാറ്റ് കണ്ടുപിടിക്കാൻ കുറച്ചു ബുദ്ധിമുട്ടി. ഗേറ്റിൽ ഉറക്കം തൂങ്ങിയിരിക്കുന്ന കാവൽക്കാരന് സംശയദൃഷ്ടി. അവൾ 12–ാം നിലയിലാണ് താമസിക്കുന്നത്. അതിനുമപ്പുറം നീലാകാശം. ഡോർ ബെല്ലിൽ വിരലമർത്തി കാത്തുനിന്നു.

"വാട്ട് എ പ്ലസന്റ് സർപ്രൈസ് ഭദ്രൻ! അകത്തുവാ" – ഫ്ളാറ്റിനകം നല്ല വൃത്തിയായി കിടക്കുന്നു. സാമാന്യം ഭേദപ്പെട്ട വീട്ടു സാമാനങ്ങൾ.

"രണ്ടു വർഷമായിട്ട് ഞാനീ ദ്വീപിലാണ്. ആരും എന്നെ കാണാൻ വരാറില്ല."

"സ്വയം സൃഷ്ടിച്ച ദ്വീപല്ലേ?"

"എക്സാക്റ്റ്ലി! ഭദ്രന്റെ ഈ വരവിന്റെ ഉദ്ദേശ്യം?"

"അത് മരിയയ്ക്കറിയാമല്ലോ. പഴയ അംബാസഡർ പണി തന്നെ. ബൈ ദ ബൈ മോനെവിടെ?"

"അവൻ വരുമ്പോൾ നാലുമണി കഴിയും. ഫൈനൽ സെമസ്റ്ററാണ്." – അവൾ ഫ്രിഡ്ജ് തുറന്ന് തണുത്ത വെള്ളമെടുത്ത് ഗ്ലാസിൽ പകർന്ന് എനിക്കു നീട്ടി.

"ഇപ്പോൾ ഓഫീസിലൊന്നും ...."

"അതു ഞാൻ പറയാൻ വിട്ടു. ഞാൻ വി ആർ എസ് എടുത്തു. അഞ്ചുകൊല്ലം കൂടി ബാക്കിയുണ്ടായിരുന്നു." – സെറ്റിയിൽ എനിക്കഭി

മുഖമായി മരിയ ഇരുന്നു. അവളുടെ മുഖത്തെ പഴയ ചൈതന്യം ഞാൻ കണ്ടില്ല.

"മരിയാ നിനക്കൊരു പുനർചിന്തനം നടത്തിക്കൂടെ? സോളമനിപ്പോൾ വളരെ മാറിയിട്ടുണ്ട്."

ഒരു മറുപടിയും പറയാതെ സെറ്റിയിൽ നിന്നെഴുന്നേറ്റ് പുറത്തേക്കു നോക്കി നിന്നു. താഴെ പട്ടണത്തിന്റെ ഒരു ആകാശവീക്ഷണം.

"നീ ഒന്നും പറഞ്ഞില്ല."

"ഞാനെന്തു പറയണം? അയാളുടെ മുടിഞ്ഞ കുടിയെപ്പറ്റി പറയട്ടെ? അതോ മയക്കുമരുന്ന് കുത്തി വെയ്ക്കുന്നതിനെപ്പറ്റി മതിയോ? അതുമല്ലെങ്കിൽ ഞാനും എന്റെ മോനും അനുഭവിച്ച പീഡനകഥകളാകാം." – വാക്കുകളിലെ പരിഹാസം എന്നെ മൗനിയാക്കി.

"നിങ്ങൾക്കറിയണോ? ഞാൻ ആത്മഹത്യ ചെയ്യാൻ ശ്രമിച്ചതാണ്. പക്ഷെ എന്റെ മോൻ..."

"മനുഷ്യന് മാറ്റം ഉണ്ടായിക്കൂടെന്നില്ലല്ലോ."

അവൾ പുച്ഛത്തോടെ ഒന്നു ചിരിച്ചു.

"ലക്കുകെട്ട് ഉടുതുണി ഉരിഞ്ഞ് നടുമുറിയിൽ കിടക്കുന്ന പപ്പയെ കണ്ടു വളർന്ന ഒരു മകന്റെ അവസ്ഥ നല്ല രസമാണല്ലോ?" – അമ്മച്ചി എന്നെ ഏൽപ്പിച്ച വെള്ള കവർ പോക്കറ്റിലിരുന്ന് തിടുക്കം കാണിച്ചു.

"ഐ എഗ്രി വിത്ത് യു മരിയാ. ബട്ട് ഇപ്പോൾ സോളമൻ വലിയ ഒരു പ്രതിസന്ധിയിലാണ്. അതിന് നിന്റെ സഹായം കൂടിയേ തീരൂ."

"വാട്ട് യു മീൻ" – ഞാൻ വെള്ളക്കവർ മരിയക്കു നീട്ടി. അവൾ സംശയത്തോടെ അതു വാങ്ങി തുറന്നു വായിച്ചു. ഞാനവളുടെ മുഖത്തേക്കു നോക്കാതെ സെറ്റിയിലിരുന്ന് അടുത്തുകണ്ട ഒരു പഴയ പത്രത്തിലൂടെ കണ്ണോടിച്ചു.

കാലിൽ തണുത്ത വെള്ളം വീഴുന്നതുപോലെ തോന്നിയതുകൊണ്ട് ഞാൻ പത്രം മാറ്റി നോക്കിയത്. മരിയ എന്റെ കാൽക്കൽ ഇരുന്ന് കരയുകയാണ്.

"പ്ലീസ് ഭദ്രൻ നിങ്ങളിത് ആരോടും പറയരുത് പ്രത്യേകിച്ച് എന്റെ മോനിതറിയരുത്."

"മരിയാ നീ അങ്ങോട്ടു വരണം."

"നോ, നെവർ എന്റെ മകന്റെ കുടുംബ ജീവിതം സ്വപ്നം കണ്ടു നടക്കുന്നവളാണ് ഞാൻ. എച്ച്.ഐ.വി. പോസിറ്റീവായ ഒരപ്പന്റെ മകന് ആരെങ്കിലും പെണ്ണു കൊടുക്കുമോ?"

"നീ ചിന്തിച്ച് കാടുകയറുകയാണ്."

"ഭദ്രൻ യു പ്ലീസ് ഗോ നൗ" – ഒന്നും പറയാതെ ഞാൻ ലിഫ്റ്റിലൂടെ ഗ്രൗണ്ട് ഫ്ളോറിൽ ഇറങ്ങി. വളരെ നിസ്സാരമായ ഒരു ആത്മഹത്യയിലൂടെ ഈ പ്രശ്നം പരിഹരിക്കാവുന്നതേയുള്ളൂ. പിന്നെ എന്തുകൊണ്ട് സോളമൻ അത് ചെയ്യുന്നില്ല മരിയാ നീ പറഞ്ഞത് സത്യം തന്നെ. എന്നിൽ ഭയത്തിന്റെ ഒരാവരണം രൂപപ്പെടുവാൻ തുടങ്ങിയിരിക്കുന്നു.

ലൈബ്രറിയിൽ ചെന്ന് കിട്ടാവുന്ന പുസ്തകങ്ങൾ എല്ലാം എടുത്ത് വായിച്ചു നോക്കി. എയ്ഡ്സ് എങ്ങനെയൊക്കെയാണ് പകരുന്നത്? ഇതു പിടിപ്പെട്ടാൽ എത്ര കാലംകൊണ്ട് പുറത്തുവരും? പുറത്തു വന്നാൽ മരണത്തിലേക്കുള്ള ദൂരമെത്ര? ഒടുവിൽ ഞാൻ ഒരു തീരുമാനമെടുത്തു. ഇനി ഇക്കാര്യം ആരോടും ചർച്ച ചെയ്യുന്നില്ല. ചെയ്താൽ അത് ഒരു ബൂമറാങ് പോലെ എന്നിലേക്ക് തന്നെ തിരിച്ചു വന്നാലോ.

മെക്കാനിക്കൽ ഫൈനൽ സെമസ്റ്റർ അനൂപ് സോളമനെ അന്വേഷിച്ചു ചെല്ലുമ്പോൾ കോളേജിൽ ഉച്ചയ്ക്കുള്ള വിശ്രമസമയമായിരുന്നു. അനൂപ് നല്ല വെളുത്ത് ഉയരമുള്ളവനാണ്. എന്നെ കണ്ട് അവന് മനസിലായില്ല.

"അനൂപ് ഞാൻ ഭദ്രൻ. നിന്റെ പപ്പയുടെ സുഹൃത്താണ്."

"പപ്പ എവിടെയുണ്ടങ്കിൾ?"

"നീ പപ്പയെ വന്നൊന്ന് കാണണം."

"നോ അങ്കിൾ. മമ്മി പ്രശ്നം ഉണ്ടാക്കും."

"ദാ ഈ ചെക്ക് നിന്നെ എൽപ്പിക്കാൻ പപ്പ പറഞ്ഞു." ഒരു സങ്കോചവും കൂടാതെ അനൂപ് ആ ചെക്ക് വാങ്ങി. തുക വായിച്ചു നോക്കി.

"നിന്റെ എഡ്യൂക്കേഷൻ ലോൺ തീർക്കാനാണ്." – അവൻ എന്നെ ശ്രദ്ധിക്കുന്നുണ്ടായിരുന്നില്ല.

"പപ്പയുടെ സ്നേഹത്തെ നീ കാണാതിരിക്കരുത്."

"എന്റെ ക്ലാസ് തുടങ്ങാറായി. ഞാൻ ക്ലാസിലേക്കു പോകട്ടെ."

വെട്ടിത്തിരിഞ്ഞുകൊണ്ട് അവൻ കൂട്ടുകാരോടൊത്ത് നടന്നു നീങ്ങി. അപ്പോഴും അമ്മച്ചി തന്ന വെളുത്ത കവർ എന്റെ പോക്കറ്റിലിരുന്ന് തിടുക്കം കാട്ടി.

മൊബൈലിൽ സോളമന്റെ നമ്പർ വരുമ്പോഴൊക്കെ ഞാൻ ഡിസ്കണക്റ്റു ചെയ്തു. അവന്റെ പേരു തന്നെ ഇപ്പോൾ മറക്കാൻ ശ്രമിക്കുകയാണ്. പക്ഷേ ഇന്നവന്റെ ഒരു മെസ്സേജ് എനിക്കു കിട്ടി. ഞാൻ വീണ്ടും സോളമനെ കാണാനെത്തി. അവൻ ഒരു പെട്ടിയുമായി ഉമ്മറത്തിരിക്കുകയാണ്.

"എന്നെ ഒരു യാത്രയ്ക്കു കൊണ്ടുപോകുന്നു."

"ആര്?"

"അരിമ്പൂരച്ചൻ"

"നമ്മുടെ പഴയ ജോൺസൻ അരിമ്പൂർ?" – അതെയെന്നവൻ തലയാട്ടി. ഞാൻ ഉള്ളുകൊണ്ട് ആശ്വസിച്ചു.

അപ്പോഴേക്കും അമ്മച്ചി മുന്നിലെത്തി.

"മോനെ ഇവന് മഞ്ഞപ്പിത്തമാണെന്നാ അച്ചൻ പറഞ്ഞത്. എന്നാ പിന്നെ ഇവിടെയടുത്ത് ഒരു വൈദ്യനുണ്ട്. അയാടെ ഒറ്റമൂലി കൊടുത്താ പെട്ടെന്ന് മാറും." ഈ മഞ്ഞയ്ക്ക് ഒറ്റമൂലിയില്ല അമ്മച്ചീ. ഇതിന് മഞ്ഞയും കടുംമഞ്ഞയും മാത്രമേയുള്ളൂ.

ഇറങ്ങാൻ നേരത്ത് എന്നെ കെട്ടിപ്പിടിച്ചുകൊണ്ട് ചെവിയിൽ അവൻ മന്ത്രിച്ചു. "എനിക്കു ജീവിക്കണം."

അരിമ്പൂരച്ചന്റെ ആശ്രമത്തിലെ മണിയൊച്ച ഞാൻ ദൂരെ നിന്നേ കേട്ടു. നേരം വെളുത്തു വരുന്നതേയുള്ളൂ. കേറിവരുന്നിടത്തു തന്നെ ചാപ്പലാണ്. ചാപ്പലിനകത്ത് ഇളം നീലയും വെള്ളയും ധരിച്ച കുറേ സ്ത്രീ–പുരുഷന്മാർ. രാവിലത്തെ കുർബാനക്കുള്ള ആൾത്താരയും മദ്ബഹയും ഒരുക്കുകയാണ്. അരിമ്പൂരച്ചൻ ശ്രുതിമധുരമായി പാടുന്നുണ്ട്. സോളമന്റെ മുഖം ഞാനാ ഇളംനീലയിൽ തിരഞ്ഞു. നിറഞ്ഞ പുഞ്ചിരിയുമായി അവൻ എന്നെ നോക്കി. അവന്റെ കണ്ണുകളിലെ തിളക്കം ഞാൻ ശ്രദ്ധിച്ചു. ഒന്നും പറയാതെ നിശ്ശബ്ദനായി ഞാൻ തിരിച്ച് പടികെട്ടിറങ്ങുമ്പോൾ അറിയാതെ പറഞ്ഞുപോയി.

“അതെ സോളമാ നിനക്കു മഞ്ഞപ്പിത്തമാണ്. ഒറ്റമൂലിയുള്ള മഞ്ഞപ്പിത്തം.”

നീറ്റുകക്ക ചുവന്നപ്പോൾ

അരമനയുടെ വലിയ ഇരുമ്പു ഗേറ്റിൽ കാവൽക്കാരനുണ്ടായിരുന്നു. എന്നാൽ മത്തായിക്കു മുന്നിൽ അയാൾ ഗേറ്റ് അടച്ചിടാറില്ല. പൂമുഖചുമരിൽ കൈ ഉയർത്തി നിൽക്കുന്ന യേശുവിന്റെ വലിയൊരു ഛായാചിത്രം. അതിനടിയിലെ തിരുവചനം മത്തായി എന്നും വായിക്കുന്നതാണ്.

"ഞാനാകുന്നു വഴിയും, സത്യവും, ജീവനും!" സന്ദർശകരുടെ വിവരങ്ങൾ എഴുതിയെടുക്കുന്ന അച്ചനെ കണ്ടില്ല. മത്തായി പിതാവിന്റെ മുറിയിലേക്ക് ജനലിലൂടെ എത്തിനോക്കി. അകത്ത് പിതാവ് വേറൊരാളുമായി സംസാരിച്ചുകൊണ്ടിരിക്കുന്നു. കഴുത്തിലെ വെന്തിങ്ങ എടുത്ത് ഷർട്ടിനു പുറത്തേക്കിട്ടു. പുറത്തെ ബെഞ്ചിലയാൾ കാത്തിരുന്നു. മത്തായി ആളൊരു ശുദ്ധഹൃദയനാണ്. അപ്പനപ്പൂപ്പന്മാരായി പെയിന്റു പണിക്കാരാണ്. അരമനയിലെ സ്ഥിരം പണിക്കാർ (വെള്ളയടിക്കാർ എന്നാണ് അവരെ വിളിച്ചിരുന്നത്). ഇവർ കാലാകാലങ്ങളായി അരമനയുടെ ഉയർന്ന ചുമരുകളിൽ നീളംകൂടിയ ചകിരിച്ചൂലുകൊണ്ട് വെള്ളവലിക്കും. നീറ്റുകക്കയിൽ പൊടിനീലം (റോബിൻ ബ്ലൂ മാത്രമേ ഉപയോഗിക്കൂ) ചേർത്ത് ഭിത്തിയിലൂടെ ചൂല് സാവധാനം നീങ്ങുമ്പോൾ അരമന ചുവരുകൾ പുളകം കൊള്ളും. ആദ്യമായി അരമനയിൽ കൊണ്ടുവന്നപ്പോൾ ഒരു കാര്യം മാത്രം അപ്പൻ മത്തായിയെ ഉപദേശിച്ചു.

"നീ ജോലി ചെയ്യുന്ന സമയത്ത് കള്ളുകുടിക്കരുത്. ഒന്നും മോഷ്ടിക്കരുത്" – അപ്പന്റെ ഉപദേശം അക്ഷരംപ്രതി ഇതുവരെ അനുസരിച്ചു. ആലീസിനെ കല്ല്യാണം കഴിച്ചു. രണ്ടു പെൺകുട്ടികളെ സമ്മാനിച്ചിട്ട് ആലീസ് യാത്ര പറഞ്ഞു.

അരമന ചുവരിന്റെ ഓരോ ഇഞ്ചും മത്തായിക്കു മനഃപാഠമാണ്. ഓരോ കറയും പൂപ്പലും അയാൾ തലോടി നീക്കി.

"എന്താ മത്തായ്യേട്ടാ ഇത്ര നേർത്തേ?" കുശനിക്കാരൻ അന്തോണി.

"മോൾടെ കല്ല്യാണാണ്"

"എന്ന്യൊന്നും വിളിക്കണില്ല്യേ?"

"വിളി തൊടങ്ങീട്ടില്ലടാ" – കൂടുതൽ സംസാരിക്കാതെ മുറ്റത്തെ കറിവേപ്പിൽ നിന്നും ഒരു തലപ്പ് ഒടിച്ചെടുത്തുകൊണ്ട് അന്തോണി കുശിനിയിലേക്ക് പോയി. അകത്തെ ആൾ പുറത്തിറങ്ങിയപ്പോൾ മത്തായി പിതാവിന്റെ മുറിയിലെത്തി.

മുറി വെള്ളയിൽ മുങ്ങിയിരുന്നു. മരക്കസേരകളിൽ വെള്ളത്തുണി വിരിച്ചിരിക്കുന്നു.

"ഈശോമിശിഹായ്ക്ക് സ്തുതി..."

"ഉം എന്താ മത്തായീ രാവിലെ?"

"ലൂസീടെ കല്യാണാണ്. അടുത്ത ഇരുപതാംന്തി" – മത്തായി ഒന്നു നിർത്തി. കുറച്ചുകൂടെ ഉത്സാഹത്തോടെ തുടർന്നു.

"അവര് പതിനഞ്ച് പവനാ ചോദിക്കണത്. പന്ത്രണ്ട് ഞാനൊപ്പിച്ചിട്ടുണ്ട്. ബാക്കീക്ക് പിതാവിന്റെ ഒരു സഹായം വേണം. ചെക്കനും പെയിന്റു പണി തന്ന്യാണ്."

പിതാവ് മറുപടി പറയാതെ ഗൗരവത്തിലിരുന്നു. മേശപ്പുറത്തു കിടന്ന ഡയറിയെടുത്ത് പേജുകൾ മറിച്ചു കൊണ്ടിരുന്നു. മത്തായി പ്രതീക്ഷയോടെ പിതാവിന്റെ വാക്കുകൾക്കായി കാത്തു നിന്നു. അരമനയുടെ വെള്ളച്ചുവരുകൾ മത്തായിയെ സഹതാപത്തോടെ നോക്കി. സ്വന്തം കൈകൊണ്ട് വാർണീഷടിച്ച് തിളങ്ങിയ ജനൽപ്പാളികളിൽ ഒരെണ്ണം കാറ്റിൽ മൃദുവായി അടഞ്ഞു. ഉടനെ മത്തായി ചെന്ന് ആ പാളി തുറന്നു വെച്ചു. താഴെയുള്ള സ്റ്റോപ്പർ കൊളുത്തിടുമ്പോൾ ജനൽ അയാളോട് മന്ത്രിച്ചു.

"എന്തെങ്കിലും തരാതിരിക്കില്ല പാവങ്ങളുടെ പിതാവല്ലേ?"

"അത് പിന്നെ മത്തായി. നമ്മൾ നമുക്ക് കഴിയുന്നതേ ചെയ്യാവൂ. കഴിയാത്തതിനായി ശ്രമിക്കരുത്." – പിതാവിന്റെ വാക്കുകൾ കുറേശ്ശേ കയ്പ്പുള്ളതുപോലെ തോന്നി.

"ഞാൻ മത്തായിയുടെ മാത്രം പിതാവല്ല. ഒരു വലിയ ജനസമൂഹത്തിന്റെ പിതാവാണ്. അതുകൊണ്ടുതന്നെ എനിക്ക് പരിമിതികളുണ്ട്" – പെട്ടെന്ന് മറ്റൊരു ജനൽപ്പാളി ശക്തിയായി കാറ്റിൽ വന്നടഞ്ഞു. അതും മത്തായി തുറന്നിട്ടു.

"ചേട്ടാ ഒന്നും കിട്ടാൻ സാധ്യതയില്ല." – ആ ജനൽ പാളിമുറുമുറുത്തു.

"പിതാവേ എന്നെ കൈവെടിയരുത്. എന്റെ അപ്പനപ്പൂപ്പന്മാരായിട്ട്...."

"എനിക്കറിയാം മത്തായി. ഞാനൊരുകാര്യം ചെയ്യാം. ഇടവക വികാരിക്കൊരു കത്തു തരാം. വികാരിയച്ചൻ എന്തെങ്കിലും സഹായിക്കും." മത്തായിക്കു തല ചുറ്റുന്നതുപോലെ തോന്നി. വെള്ളച്ചുമരുകൾ കണ്ണീരൊഴുക്കി. വാർണ്ണീഷടിച്ച ജനലുകൾ പരിഹസിച്ചു ചിരിച്ചു.

“ദാ ഇത് ലൂസിക്ക് കൊടുക്ക്. ഞാൻ പ്രാർഥിക്കാം.” – പിതാവ് ഒരു കൊന്തയെടുത്തു മത്തായിക്കു നീട്ടി. മത്തായി അത് കണ്ടതുപോലും ഭാവിക്കാതെ പുറത്തിറങ്ങി. ഗേറ്റു കടക്കുമ്പോൾ വലിയ ഇരുമ്പുഗേറ്റിലെ കറുത്ത പെയിന്റ് മത്തായിയെ ആശ്വസിപ്പിച്ചു.

“ചേട്ടൻ വിഷമിക്കാതെ. എല്ലാറ്റിനും വഴിയുണ്ടാകും.”

മത്തായി ഒരു വഴി കണ്ടു. അയാളന്ന് പൊടിനീലം വാങ്ങിയില്ല. പകരം സ്റ്റെയിനർ വാങ്ങി. നീറ്റുകക്ക മിശ്രിതത്തിൽ സ്റ്റെയിനർ ഒഴിച്ചിളക്കി. സ്വന്തം വീട്ടിലെ വെളുത്ത ചുമരിലൂടെ അയാൾ ചൂലു വലിച്ചു. പിതാവിന്റെ ചില്ലിട്ട പടത്തിന് മീതെ ചുവന്ന ചാലുകളായി നീറ്റുകക്ക ഒലിച്ചിറങ്ങി.

വാൽവ് റേഡിയോയിലെ നേർത്ത ഹിന്ദുസ്ഥാനി

ചക്രത്തിന്റെ പുറത്തെ ഇരുമ്പു പട്ടയിലൂടെ ബാലചന്ദ്രൻ വിരലോടിച്ചു. തിരിക്കുഴയിൽ കറുപ്പടിച്ചിരിക്കുന്നു. ആരക്കാലുകൾ വെള്ള. വീതിയുള്ള ചട്ടയിൽ സ്വർണനിറം. വീടിന്റെ മുൻവശത്തു തന്നെ ചക്രം ചാരി വെച്ചിരിക്കുന്നു. ഈ വണ്ടിചക്രം ലാസർ ചേട്ടന്റേതായിരിക്കും. ലാസറ് ചേട്ടന് മാത്രമല്ലല്ലോ തന്റെ അച്ഛനും ഒരു കാളവണ്ടിയുണ്ടായിരുന്നല്ലോ. രണ്ടുപേരും ഒരേ ദിശയിലൂടെ ഭാരവണ്ടികൾ തെളിച്ചു. വീതിയുള്ള സ്വർണചട്ട തലോടവേ കയ്യിൽ ഒരു നനവ് അനുഭവപ്പെട്ടതുപോലെ. ബാലചന്ദ്രൻ സൂക്ഷിച്ചു നോക്കി. ശരിയാണ് കൈവെള്ളയിൽ ഒരു ചുവപ്പു രാശി. രാശിയല്ല, കടും ചുവപ്പു തന്നെ. ചോര. അയാൾ പെട്ടെന്ന് തൂവാലയെടുത്ത് കൈ നന്നായി തുടച്ചു. തൂവാലയ്ക്കും ചുവപ്പ്.

"ബാലാ പെയിന്റ് ഉണങ്ങിയിട്ടില്ല. ഇന്നലെ രാത്രി അടിച്ചതേയുള്ളൂ." – ബാലചന്ദ്രൻ ജാള്യതയോടെ കൈ രണ്ടും പാന്റ്സിന്റെ പോക്കറ്റിലിട്ടു.

"മൈക്കിൾ ഇത് അപ്പന്റെ വണ്ടിയുടെ....."

"അപ്പൻ മരിച്ചതിൽ പിന്നെ ആരും വണ്ടി ഓടിച്ചിട്ടില്ല. അങ്ങനെ അത് നശിച്ചു. ഇത് സ്വാമീടെ കയ്യിൽ നിന്ന് വാങ്ങീതാണ്."

"ഏത് സ്വാമി?"

"നമ്മുടെ പഴയ അനന്തരാമയ്യർ."

"സ്വാമി ഇപ്പോഴുമുണ്ടോ?"

"സ്വാമിയുണ്ട്. പക്ഷേ തീരെ അവശനായി കിടക്കുകയാണ്."

"പഴയ മഠം ഇപ്പോഴും?"

"മഠം മാത്രമുണ്ട്. പറമ്പെല്ലാം അനന്തിരവന്മാർ കൈക്കലാക്കി വിറ്റു. ഇപ്പോൾ അവിടെ ഫ്ളാറ്റിന് പില്ലറടിക്കുന്നു. ഒരെണ്ണം എന്റെ പ്രോജ

ക്റ്റാണ്. എല്ലാം ഞാൻ വിശദമായി പിന്നെ പറയാം. ദാ അച്ചൻ വന്നു." മൈക്കിൾ വേഗം അച്ചനെ സ്വീകരിക്കാൻ പോയി.

അച്ചൻ കുടുംബ പ്രതിഷ്ഠ ചൊല്ലാൻ തുടങ്ങി. വണ്ടി പണിക്കാരൻ ലാസറിന്റെ വീടിന്റെ മേൽക്കൂര ഇന്ന് കോൺക്രീറ്റാണ്. പഴയ ഇരുളടഞ്ഞ ചായ്പ്പുകൾക്കു പകരം അഞ്ച് കിടപ്പു മുറികൾ ഒരെണ്ണം എ സി അപ്പന്റെയും അമ്മയുടെയും ഫോട്ടോകൾ ചില്ലിട്ട് മാലചാർത്തി വെച്ചിരിക്കുന്നു. മൈക്കിളിന്ന് സ്വർണക്കടക്കാരനാണ്. മുറ്റത്ത് കിടക്കുന്നത് പുതിയ ഷെവർലെ.

"ദേവനു കേ പതി ഇന്ദ്രാ! താരാ കേ പതി ചന്ദ്രാ!"

അനന്തരാമയ്യർ തളത്തിലിരുന്ന് വാൽവ് റേഡിയോയിലൂടെ ഹിന്ദുസ്ഥാനി താളംപിടിച്ച് കേട്ടുകൊണ്ടിരുന്നു. ഹിന്ദുസ്ഥാനി സംഗീതം അയാൾക്ക് ജീവവായുപോലെയാണ്. അസ്സലായി മുറുക്കും. കൂടെക്കൂടെ സ്റ്റീൽ തംബ്ലറിൽ കാപ്പികുടിക്കും. രാമയ്യരുടെ മഠം മുപ്പതേക്കർ സ്ഥലത്താണ്. തൊടിനിറയെ തെങ്ങും കവുങ്ങും മാവും പ്ലാവും എല്ലാമെല്ലാം. പറമ്പിന്റെ അങ്ങേയറ്റം അയ്യര് കണ്ടകാലം മറന്നു. പണിക്കാരുടെ ഒരു പട തന്നെയുണ്ട്. എല്ലാവർക്കും അയ്യരെ വലിയ ബഹുമാനമാണ്. മേലാളനും കീഴാളനും ഈ മഠത്തിൽ ധൈര്യപൂർവം പ്രവേശിക്കാം. മഠത്തിന്റെ വലിയ തളത്തിൽ ചാരുകസേരയിൽ കിടന്നുകൊണ്ട് എല്ലാവരുടേയും പ്രശ്നങ്ങൾക്ക് പരിഹാരം കാണും. അയ്യർ സ്വാതന്ത്ര്യ സമരത്തിന് സാക്ഷ്യംവഹിച്ചിട്ടുണ്ട്. നേരിട്ട് പങ്കെടുത്തിട്ടില്ല. പക്ഷേ ഒളിപ്പോരാളികൾക്കു വേണ്ട സഹായം ചെയ്തുകൊടുത്തിരുന്നു.

"തമ്പ്രാനേ നെല്ല് അറേല് വെയ്ക്കട്ടെ?"

"വെച്ചോളൂ അയ്യപ്പാ" – അയ്യപ്പൻ വണ്ടിയിൽ നിന്നും നെല്ലുചാക്കുകൾ പുറത്തേറ്റി അറയിലേക്ക് നടന്നു.

അയ്യരുടെ പിതാവ് മണിശങ്കരയ്യർ മദ്രാസിൽ നിന്നും എത്രയോ കാലങ്ങൾക്കു മുൻപേ തൃശ്ശൂരിൽ വന്നതാണ്. അതുകൊണ്ടാവാം തമിഴ് ബ്രാഹ്മണച്ചുവ അയ്യരുടെ സംസാരത്തിൽ ഒട്ടും ഉണ്ടായിരുന്നില്ല.

"എത്ര ചാക്കുണ്ട്?" അയ്യർ അറയ്ക്കു മുന്നിലെത്തി.

"ഇരുപത്."

"ഇതീന്ന് രണ്ട് ചാക്ക് പള്ളീല് കൊടുത്തോളൂ. അച്ചൻ രാവിലെ മഠത്തില് വന്നിരുന്നു. പാവങ്ങളും കഞ്ഞികുടിക്കട്ടെ."

"കൊടുക്കാം തമ്പ്രാനേ" – അയ്യപ്പൻ നെല്ലുചാക്കുകൾ അറയിൽ അടുക്കി വച്ചു. നിരപ്പലകകൾ ഇട്ട് കുറ്റിയിട്ടു. നെല്ലറ പൂട്ടാറേയില്ല. അയ്യരുടെ ഏറ്റവും വിശ്വസ്തനാണ് അയ്യപ്പൻ.

അയ്യപ്പൻ ക്ഷീണിതനായിരുന്നു. വണ്ടിയിൽ കയറി കാളകളെ ഇളക്കി വിട്ടു. കുടമണികൾ കിലുക്കിക്കൊണ്ട് അവ മുന്നോട്ടാഞ്ഞു. പെട്ടെന്ന് ഒരു കുഞ്ഞിന്റെ നിലവിളി കേട്ട് വണ്ടി വലിച്ചു നിർത്തി. ചാടിയിറങ്ങി നോക്കിയപ്പോൾ കണ്ട കാഴ്ച അയാളെ നടുക്കി. വണ്ടിചക്രങ്ങൾക്കടിയിൽ അയ്യരുടെ മകൻ ഹരിഹരയ്യർ. അവൻ പിടഞ്ഞുകൊണ്ടി

രുന്നു. ചക്രം തള്ളിമാറ്റി കുട്ടിയെ കൈകളിൽ കോരിയെടുത്തു. അയ്യപ്പന്റെ അലമുറകേട്ട് അയ്യർ ഓടി വന്നു.

"അയ്യോ അയ്യപ്പാ നീ ചതിച്ചൂല്ലേ? നീ ഒരു കാലത്തും ഗുണം പിടിക്കില്ല." – സ്വാമിയുടെ ശാപം കേട്ട് അയ്യപ്പനു മോഹാലസ്യമുണ്ടായി. ചേതനയറ്റ കുഞ്ഞിനെ അയ്യരുടെ കാൽക്കൽ കിടത്തി കാളകളെ തഴുകി. വണ്ടിച്ചക്രങ്ങളെ തലോടി. അയാൾ പടിയിറങ്ങി.

ബാലചന്ദ്രൻ അച്ഛന്റെ കാല് തടവിക്കൊണ്ടിരുന്നു. ഒന്നും ഉരിയാടാതെ മൗനത്തിന്റെ വത്മീകത്തിൽ അച്ഛൻ ഇരിക്കാൻ തുടങ്ങിയിട്ട് ഇരുപത് വർഷമായി. ആ മനസിൽ എന്തെല്ലാം കഥകൾ ഉണ്ടായിരിക്കും. എത്രയെത്ര ചരിത്രങ്ങൾ കാണും.

"അയാള് ആ പട്ടര്കുട്ടീനെ കൊന്നതാ സ്വത്തു കിട്ടാൻ വേണ്ടീട്ട്" – ഹരിഹരന്റെ മരണം കയ്യബദ്ധമല്ല, കൊലപാതകമായി നാട്ടുകാർ ആഘോഷിച്ചു. സ്കൂളിൽ കൂട്ടുകാർ ആയാളെ ഒരു കുറ്റവാളിയെപ്പോലെ കണ്ടു. അനന്തരാമയ്യരുടെ മൂത്തമകൾ സീതാലക്ഷ്മി ബാലചന്ദ്രനെ വെറുപ്പോടെ നോക്കി. അവർ ഒരേ പ്രായക്കാരായിരുന്നു. അച്ഛനു വേണ്ടി സീതയോട് മാപ്പു ചോദിക്കണമെന്ന് അവൻ ആഗ്രഹിച്ചു. പക്ഷേ കഴിഞ്ഞില്ല. പിന്നീട് കാലത്തിന്റെ കുത്തൊഴുക്കിൽ എപ്പഴോ അയാൾ മണലാരണ്യത്തിലെത്തി. എഞ്ചിനിയറിങ് ഡിപ്ലോമ പാസ്സായെങ്കിലും വിസാ തട്ടിപ്പിന്റെ ബാക്കിപത്രമായി അയാൾക്കു കിട്ടിയത് അറബിയുടെ ഒരു കൂട്ടം ആടുകളെയായിരുന്നു. പേടിപ്പെടുത്തുന്ന ഏകാന്തതയിൽ അച്ഛനെ മാത്രം ഓർത്തു കിടന്നു. നാലാമത്തെ വയസിൽ അമ്മ മരിച്ചതിൽ പിന്നെ അച്ഛനായിരുന്നു എല്ലാം.

ബാലചന്ദ്രൻ വളരെ സങ്കോചത്തോടെയാണ് മഠത്തിനു മുന്നിലെത്തിയത്. അനന്തരാമയ്യർ, ബി എ എന്നെഴുതിയ പിച്ചള തകിട് ക്ലാവു പിടിച്ചിരിക്കുന്നു. തകര ഷീറ്റടിച്ച വലിയ ഗേറ്റ് പാതി തുറന്നിട്ടിട്ടുണ്ട്. വലതു വശത്തുകൂടെ നടന്ന് തളത്തിലേക്കു ചെന്നു. കറുത്ത് മിന്നിത്തിളങ്ങുന്ന തറ. സ്വാമി ഒരു കട്ടിലിൽ കിടക്കുന്നു. ചെറിയൊരു റേഡിയോയിൽ നിന്ന് നേർത്ത ശബ്ദത്തിൽ ഹിന്ദുസ്ഥാനിയിലെ ഒരു ഭജൻ തെന്നലായി പുറത്തേക്കു വരുന്നുണ്ടായിരുന്നു.

"ആരാ" – വാതിൽക്കൽ ഒരു നിഴലാട്ടം മനസിലാക്കി അയ്യർ ചോദിച്ചു.

"ആരായാലും പേര് പറയൂ."

"ഞാനാ ബാലചന്ദ്രൻ."

"ഏത് ബാലചന്ദ്രൻ?"

"അയ്യപ്പന്റെ മോൻ."

"ശിവ ശിവ ബാലനോ താനിങ്ങ് അടുത്തു വരൂ" – സ്വാമി റേഡിയോ ഓഫ് ചെയ്തു.

"തമ്പുരാനേ ഞാൻ ...."

"എന്താ ബാലാ ഇത്. ഞാനിന്ന് തമ്പുരാനൊന്നുമല്ലടോ. കണ്ടില്ലേ തമ്പുരാന്റെ ഒരു കിടപ്പ്." ബാലചന്ദ്രൻ മടിച്ചു മടിച്ച് അകത്തു കയറി.

ഉള്ളംകാലിൽ നല്ല കുളിർമ അനുഭവപ്പെട്ടു. സ്വാമി വളരെ ക്ഷീണിതനായിരിക്കുന്നു. മുഖത്തെ ചൈതന്യം ഇപ്പോഴുമുണ്ട്. വൃദ്ധന്റെ കണ്ണുകൾ സജലങ്ങളാവുന്നത് അയാൾ കണ്ടു.

"മരിക്കുന്നതിനു മുൻപ് തന്നെ ഒന്ന് കാണണം എന്നുണ്ടായിരുന്നു." – അയ്യർ ബാലചന്ദ്രന്റെ കൈ മുറുക്കി പിടിച്ചു. അയാൾ എഴുന്നേൽക്കാൻ ശ്രമിച്ചപ്പോൾ ബാലചന്ദ്രൻ പുറംതാങ്ങി നേരെ ഇരുത്തി.

"സ്വാമി ഒറ്റയ്ക്ക്....?"

"ഇപ്പോ ഞാനൊറ്റയ്ക്കാ. കൂട്ടിന് രാമൻ നായര് വരും. വല്ലതും വച്ചു തരും."

"അപ്പോ സീതാലക്ഷ്മി....?"

"അവളെ കെട്ടിയത് ഒരു സബ് ഇൻസ്പെക്ടറാ. അങ്ങു പാലക്കാട്." ഇൻസ്പെക്ടർ എന്നു കേട്ടപ്പോൾ ബാലചന്ദ്രൻ അറിയാതെ ഒന്നു നടുങ്ങി.

"ബാലാ നിന്റെ അച്ഛനെ ഞാനൊരിക്കലും വെറുത്തിട്ടില്ല. അയാളൊരു പാവമാണ്. അവനൊരു കയ്യബദ്ധം പറ്റി. ഹരിയെ എനിക്ക് വിധിച്ചിട്ടില്ലാന്ന് സമാധാനിച്ചു."

"അച്ഛൻ അതിനു ശേഷം മിണ്ടിയിട്ടില്ല."

"എല്ലാം എനിക്കറിയാം. ഞാനതിനൊക്കെ നിന്നോട് മാപ്പ് ചോദിക്കുന്നു ബാലാ. നിന്റെ ജീവിതമാണ് യഥാർഥത്തിൽ തകർന്നത്." അയ്യർ പൊട്ടിക്കരയാൻ തുടങ്ങി.

"എനിക്ക് അയ്യപ്പനെ ഒന്നു കാണണം. അവന്റെ കയ്യൊന്ന് കുട്ടിപ്പിടിക്കണം."

"തീർച്ചയായും ഞാനച്ഛനെ കൊണ്ടുവരാം." – ബാലചന്ദ്രന് തേങ്ങലടക്കാൻ കഴിഞ്ഞില്ല. അയാൾ വേഗം പുറത്തിറങ്ങി. പറമ്പിന്റെ അങ്ങേ അറ്റത്തെ ആ കൽക്കെട്ടിനടിയിൽ കിടന്ന് ഹരിഹരൻ ചിരിക്കുന്നത് അയാൾക്ക് കാണാമായിരുന്നു.

ഫോർ പ്ലസ് ഫോർ
ഈക്വൽസ് സ്വാശ്രയം

ഈപ്പൻ ചാണ്ടിയുടെ മകൻ ജോൺ ചാണ്ടിക്ക് പഠിപ്പില്ല. അമ്പത് ഏക്കർ റബറുണ്ട്. വീട്ടിൽ വരുത്തുന്ന ദിനപത്രത്തിലെ ഒരു കോളം മാത്രം വായിക്കാനറിയാം. റബറിന് ഇന്നത്തെ വില കിലോക്ക് നൂറ്റി മുപ്പത്തിയെട്ട് രൂപ. മൂത്തമോൾ ജാസ്മിനെ അങ്ങ് കാഞ്ഞിരപ്പള്ളിയിൽ മറ്റൊരു റബർ കാട്ടിൽ തളച്ചിട്ടിരിക്കുന്നു. മോൻ റാഫേൽ ചാണ്ടിയെ ഒരു എഞ്ചിനിയറാക്കണം. സ്വന്തമായി ഒരു ചെരുപ്പു കമ്പനി അയാളുടെ സ്വപ്നമാണ്. കമ്പനിക്കു പറ്റിയ പേരും കണ്ടുവെച്ചിട്ടുണ്ട്. അത് പിന്നെയേ പുറത്ത് വിടൂ.

ലോകവിശാല വലയിൽ റാഫേൽ ചാണ്ടി എൻട്രൻസിലെ റാങ്ക് പരതി. ഒടുവിൽ കിട്ടി.

നാൽപ്പത്തി രണ്ടായിരത്തി മുന്നൂറ്റി എട്ട്!

പോർച്ചിൽ കിടന്ന ഹോണ്ട സിറ്റിക്ക് ജീവൻ വെച്ചു. അത് മലയിലൂടെ വളഞ്ഞു പുളഞ്ഞു ഓടിയിറങ്ങി.

“വരണം ചാണ്ടിച്ചാ വരണം. ഞാൻ കാത്തിരിക്വായിരുന്നു.” ജോൺ ചാണ്ടിയുടെ ചങ്ങാതി. ഫിലിപ്പ്. ഫിലിപ്പ്സ് കോളേജ് ഓഫ് എഞ്ചിനിയറിങ്ങിന്റെ ഉടയോൻ. ശീതീകരിച്ച മുറിക്കുള്ളിലെ കുളിർമയിൽ റാഫേൽ ചാണ്ടി തൊട്ടടുത്തിരുന്ന സെക്രട്ടറിയെ നോക്കിയിരുന്നു. ചാണ്ടി –ഫിലിപ്പ് ഉച്ചകോടി നടന്നു. പെട്ടികൾ കൈമാറി. നല്ല ചൂടുള്ള ബ്രൂകാപ്പിയും നട്ട്സും കഴിച്ചു. സെക്രട്ടറിയുടെ മോണിറ്ററിൽ അക്ഷരങ്ങൾ തെളിയാൻ തുടങ്ങി.

റാഫേൽ ചാണ്ടി
S/o ജോൺ ചാണ്ടി
ബ്രാഞ്ച് മെക്കാനിക്കൽ എഞ്ചിനിയറിങ്...

റാഫേലിന്റെ ഒരു ചോക്കളേറ്റ് പടം സ്കാൻ ചെയ്തു കേറ്റി. ഹോണ്ട സിറ്റി വളഞ്ഞു പുളഞ്ഞു മല കയറി.

വെളുപ്പിനേ പത്രം ഇടാറുള്ള വാസു അന്ന് കുറച്ചു വൈകി. ഉമ്മറത്ത് കടുംകാപ്പി കുടിച്ചുകൊണ്ട് ജോൺ ചാണ്ടി

"എന്നാ വാസൂ പത്രം വൈകിയത്?"

"മോന്റെ റിസൽറ്റ് നോക്കാൻ പോയി"

"പറഞ്ഞപോലെ നിന്റെ മോനും എഴുതിയിരുന്നല്ലോ ല്ലേ? വല്ല പതിനായിരത്തിനടുപ്പിച്ചുണ്ടോടാ?"

"അല്ല മൊതലാളി. മോന്റെ റാങ്ക് 400 ആണ്. ദാ ഈ ചോക്കളേറ്റ് ഒരെണ്ണം എടുക്കണം."

എക്ലയേഴ്സിന് കയ്പ്പും ഉണ്ടെന്ന് അന്നാണ് ചാണ്ടിക്കു മനസിലായത്.

"മോനെ തിരുവനന്തപുരം എഞ്ചിനിയറിങ് കോളേജിൽ ചേർക്കണം. ഇലക്ട്രോണിക്സിന്."

"ശരി. ശരി വൈകാതെ പത്രം കൊടുക്കാൻ നോക്ക്." ബെല്ലടിച്ചു കൊണ്ട് വാസുവിന്റെ സൈക്കിൾ മലയിറങ്ങി.

പിന്നീട് നാലുവർഷം തുടർച്ചയായി റാഫേൽ ചാണ്ടിയുടെ ഫോർഡ് ഐക്കൺ മലയിറങ്ങിക്കൊണ്ടിരുന്നു. ഒടുവിൽ ഫിലിപ്പ്സ് കോളേജ് ഓഫ് എഞ്ചിനിയറിങ്ങിന്റെ പുറത്തേക്കുള്ള ഗേറ്റും കടന്ന് ഐക്കൺ ബംഗ്ലാവിന്റെ പോർച്ചിൽ ഒതുക്കിയിട്ടു.

"മൊതലാളീ മോന്റെ ക്ലാസ്സു കഴിഞ്ഞു. അവന് ജോലി കിട്ടീട്ടുണ്ട്."

"എവിടാടാ."

"ബാംഗ്ലൂരിലാ. കമ്പനീടെ പേര് ടി സി എസ്സെന്നാ പറഞ്ഞത്. മാസശമ്പളം നാൽപ്പത്തി അയ്യായിരം. ഇപ്പോ പക്ഷേ ട്രെയിനിങ്ങാ. ദാ മൊതലാളീ ഈ ലഡ്ഡു ഒന്നെടുക്കണം."

ലഡ്ഡു ജോൺ ചാണ്ടിയുടെ തൊണ്ടയിൽ ഉടക്കി. വാസു പതിവു പോലെ ബെല്ലടിച്ചുകൊണ്ട് മലയിറങ്ങി.

റാഫേൽ ചാണ്ടി കയ്യിൽ കിട്ടിയ മാർക്കുലിസ്റ്റുകൾ വച്ച് ഒരു സ്ഥിതി വിവരക്കണക്ക് തയ്യാറാക്കി.

ആകെ പേപ്പറുകൾ അറുപത്തി അഞ്ച് പാസ്സായത് പതിനഞ്ച്. കിട്ടാനുള്ളത് .....

"എടാ റാഫേലേ നിനക്കിനിയെന്നാടാ പാസ്സായ കടലാസു കിട്ടുന്നേ"

"അപ്പച്ചാ ടെൻഷനടിക്കാതെ."

"എടാ നിനക്ക് പൊസ്തകം തൊറന്നു വെച്ചെഴുതാൻ അവര് സമ്മതിച്ചിട്ടും."

"കൂൾഡൗൺ അപ്പച്ചാ എഞ്ചിനിയറിങ് എന്നാൽ മൊത്തം എട്ടു വർഷമാണ്. അതായത് നാല് വർഷം പഠനം. അടുത്ത നാല് വർഷം പരീക്ഷ എഴുത്ത്."

"എന്നു വെച്ചാൽ?"

"സിംപിൾ! ഫോർ പ്ലസ് ഫോർ ഈക്വൽസ്..."

ചാറ്റൽമഴയിലെ ചിത

റിസർവ് ബാങ്ക് ഗവർണർ സ്ഥാനത്തു നിന്നും വിരമിച്ച സർദാർജി വീട്ടിൽ എരുമയെ കറന്നുകൊണ്ടിരുന്ന നേരത്താണ് റാവുജിയുടെ വരവ്.

"വണക്കം സർദാർജി"

"ആയിയേ, ആയിയേ റാവുജി" – സ്വതവേ ചിരിക്കാത്ത റാവുജി അപ്പോൾ ചെറുതായൊന്നു ചിരിച്ചു. ഏതുകാര്യവും മുഖവുരയില്ലാതെ പറയുന്ന ആളാണ് റാവുജി.

"സർദാർജി ധനകാര്യ മന്ത്രിയാകണം." – സർദാർജിയുടെ കയ്യിലിരുന്ന പാൽ പാത്രം താഴെവീണു.

"നിങ്ങൾക്കേ അതിനു കഴിയൂ. നാടിന്ന് അടിമുടി കടത്തിലാണ്. കുറേ കാശ് ഞാൻ ലോകബാങ്കിൽ നിന്ന് ഒപ്പിച്ചുതരാം. എല്ലാം ഒന്നു നേരെയാക്കണം."

"വേണ്ട റാവുജി എനിക്കൊന്ന് വിശ്രമിക്കണം. നോട്ട് അച്ചടിച്ചച്ചടിച്ച് എന്റെ കൈ കഴച്ചു."

"കൂടുതലൊന്നും പറയാനില്ല. സർദാർജി നാളെ എന്നെ ഓഫീസിൽ വന്നു കണ്ടാൽ മതി."

സർദാർജി ചെന്നു. ഖജനാവിന്റെ താക്കോൽ ഏറ്റു വാങ്ങി. അടച്ചിട്ട വാതിലുകൾ ഒന്നൊന്നായി പുറം ലോകത്തേക്ക് തുറന്നിട്ടു. പുതിയ ആളുകൾ വന്നു. പഴയ പല കടകളും പൂട്ടി. കടങ്ങൾ വീടാൻ തുടങ്ങി. റാവുജി സ്വസ്ഥമായിരുന്ന് കവിതകളെഴുതി.

തെറ്റിദ്ധരിക്കേണ്ട. ഇത് റിട്ടയേഡ് മേജർ ശങ്കരൻ നായരുടെ വിവരണമാണ്. ഈ പട്ടികയിൽ റാവുവും സർദാർജിയും മാത്രമല്ല കിരൺ ബേഡി, റിബൈറോ, ഇന്ദിരാഗാന്ധി, അച്ചുതമേനോൻ, ഇ എം എസ്, ടി എൻ ശേഷൻ എല്ലാവരും വീര കഥാപാത്രങ്ങളാണ്. ദിനപത്രങ്ങൾ മൂന്നെ

ണ്ണമെങ്കിലും മേജർ വായിച്ചിരിക്കും. ഈ വെയിറ്റിങ് ഷെഡിൽ മേജറെ എന്നും എപ്പോഴും കാണാം. സ്റ്റോപ്പിലൂടെ കടന്നു പോകുന്ന എല്ലാ ബസു കളുടെയും സമയക്രമം അയാൾക്കറിയാം. ഓഫീസിൽ സ്ഥിരമായി താമ സിച്ചു പോകുന്നവരെ ശാസിക്കും. ബസിൽ സ്ത്രീകളുടെ സീറ്റിലിരി ക്കുന്ന പുരുഷന്മാരെ വിരട്ടും. എല്ലാ കാര്യങ്ങൾക്കും ഒരടുക്കും ചിട്ടയും വേണമെന്ന് മേജർക്ക് നിർബന്ധമാണ്. ആദ്യമാദ്യം മേജറുടെ കഥകൾ ഞാൻ കൗതുകപൂർവം കേട്ടുകൊണ്ടിരുന്നു. (എതിരഭിപ്രായമുണ്ടെങ്കിൽ കൂടി ഞാനൊന്നിനേയും ഖണ്ഡിക്കാറില്ല). പിന്നീട് ഇതേ കഥകൾ തനി യാവർത്തനം നടത്തിയപ്പോൾ ഞാനയാളെ ശ്രദ്ധിക്കാതെയായി.

പട്ടാള സേവനത്തിനു ശേഷം മേജർ കുറച്ചുകാലം കെ എസ് എഫ് ഇ യിൽ ജോലി നോക്കി. അവിടത്തെ കണക്കു നോക്കലും കണക്കു പഠിപ്പിക്കലും പൊടിപൊടിച്ചപ്പോൾ സഹജീവനക്കാർ അങ്കലാപ്പിലായി. ഒടുവിൽ മേജർ തന്നെ സ്വയം വിടവാങ്ങി. മേജറിന് കൂട്ടായി ഗുമസ്തൻ പത്മനാഭപിള്ളയും മലേഷ്യൻ വർഗീസും കൃഷ്ണൻകുട്ടി പൊലീസും ഉണ്ട്. എങ്കിലും എല്ലാവരിലും ഒരു മേൽകൈ മേജർക്കു തന്നെയായിരു ന്നു. ജീവിതത്തിന്റെ നല്ലകാലം മുഴുവൻ മലേഷ്യയിൽ ചിലവിട്ട വർഗീസ് ചേട്ടൻ തന്റെ രണ്ടാം ജന്മത്തിന്റെ കഥ ഒരിക്കൽ അവതരിപ്പിക്കുകയു ണ്ടായി. ചേട്ടൻ മലയാ ഭാഷയിലുള്ള തന്റെ പ്രാവീണ്യം ഇടയ്ക്കിടെ പുറത്തേക്കെടുക്കുമായിരുന്നു. (മേജർ അതിനെ ശുദ്ധ ഹിന്ദികൊണ്ട് നേരിടാറുണ്ട്) മക്കളെല്ലാം കല്യാണം കഴിച്ച് വീടൊഴിഞ്ഞപ്പോൾ വർഗീസു ചേട്ടനും ഭാര്യയും തനിച്ചായി. പെട്ടെന്നൊരു ദിവസം ഉണ്ടായ മസ്തിഷ്കാഘാതത്തിൽ മലേഷ്യനെ നക്ഷത്രചിഹ്നങ്ങളുള്ള ആശുപ ത്രിയുടെ ഐ സി യു തങ്കക്കട്ടിലിൽ കിടത്തി. നവദ്വാരങ്ങളിലൂടെയും ട്യൂബുകൾ ഇട്ട് വലിച്ചു മുറുക്കി. ഡോക്ടർമാർ മാറിമാറി നാഡി പിടിച്ചു നോക്കി. ഹൃദയത്തിന്റെ സ്റ്റീരിയോ ശ്രദ്ധിച്ചുകൊണ്ടിരുന്നു. ബോധം തെളിഞ്ഞാലുടൻ തല കീറിമുറിക്കാൻ പാകത്തിന് ന്യൂറോ സർജൻ കാത്തു നിന്നു. നാൽപ്പത്തിയെട്ട് മണിക്കൂർ കഴിഞ്ഞിട്ടും എല്ലാവരുടെയും മുഖത്തു നിരാശ. പിറ്റേന്ന് വീട്ടിൽ കൊണ്ടുപോയ്ക്കൊള്ളാനും ബന്ധു ക്കളെ വിവരങ്ങളറിയിച്ചുകൊള്ളാനും പറഞ്ഞു. പക്ഷേ പിറ്റേന്ന് നേരം വെളുത്തപ്പോൾ കഥമാറി. വർഗീസു ചേട്ടന് ബോധം തെളിഞ്ഞു. സ്റ്റീരിയോ ശരിയായി. തല ഷേവ് ചെയ്യാനും കീറാനും വന്നവരോട് വർഗീസു ചേട്ടൻ ഒന്നും ചെയ്യേണ്ടെന്ന് പറഞ്ഞു.

"അതും കഴിഞ്ഞിട്ടിപ്പോ വർഷം മൂന്നായി" – മലേഷ്യന്റെ കലുങ്ങി യുള്ള ചിരിയിൽ എല്ലാവരും പങ്കുചേർന്നു.

"അതായത് തന്റെ ചീട്ട് ഇനിയും എടുത്തിട്ടില്ല." – മേജർ ഉപസം ഹരിച്ചു.

മേജർ ഒരു ചെയിൻ സ്മോക്കറാണ്. പക്ഷേ മദ്യം കൈകൊണ്ട് തൊടില്ല. എല്ലാ മാസത്തിന്റെയും അഞ്ചാം തീയതി അയാൾ എസ് ബി ടി ബ്രാഞ്ചിലെത്തും. അവിടെയുള്ള യുവതുർക്കികളെ ആദ്യം അഭിവാദ്യം

ചെയ്യും. പാസ് ബുക്കിൽ കൃത്യമായി പെൻഷൻ വരവ് വയ്പ്പിക്കും. എവിടെയെങ്കിലും കണക്കു പിശകിയാൽ മേജറുടെ തനി ഗുണം പുറത്തു വരും. ഇന്നാണ് എനിക്കതിന് അവസരം കിട്ടിയത്. വെയിറ്റിങ് ഷെഡ്ഡിൽ ആരുമില്ല. മേജർ പുകച്ചുകൊണ്ടിരിക്കുന്നു. ഫിൽറ്റർ ഉള്ള സിഗരറ്റാണ്.

"സാറിന്റെ കുടുംബത്തെ കുറിച്ചൊന്നു പറയാമോ?" – എന്നിൽ നിന്നും ഇങ്ങനെയൊരു ചോദ്യം അയാൾ പ്രതീക്ഷിച്ചില്ലെന്നു തോന്നി. പെട്ടന്ന് കയ്യിലെ സിഗരറ്റ് പുറത്തേക്കിട്ടു. കുറച്ചു നേരത്തേക്ക് ഒന്നും മിണ്ടിയില്ല.

"എന്റെ സ്വന്തം കഥ ആരും എന്നോട് ചോദിച്ചിട്ടില്ല. മോനാണ് ആദ്യമായി ചോദിക്കുന്നത്" – "മോൻ" വിളിയിൽ ഞാൻ ചൂളിപ്പോയി.

"എനിക്ക് ഭാര്യയും ഒരു മകനുമുണ്ട്. സ്വന്തമായി ഒരു വീടും പെൻഷനുമുണ്ട്. പക്ഷേ...." – ഞാൻ അടുത്ത വാചകത്തിനായി കാത്തു.

"എന്റെ ഭാര്യ എന്നോട് മിണ്ടാതായിട്ട് വർഷം പതിനഞ്ചായി."

"കാരണം?"

"അവളെന്നെ ശിക്ഷിക്കുകയാണ്. എന്റെ മോൻ എവിടെയുണ്ടെന്ന് എനിക്കറിയില്ല. നാടും വീടും വിട്ട് പോയതാണ്."

"അപ്പോൾ മേജർ വീട്ടിലെങ്ങനെ....?"

"അവൾ എന്തെങ്കിലും ഉണ്ടാക്കി വയ്ക്കും. ഞാൻ കഴിക്കും. മുഷിഞ്ഞ തുണികൾ കഴുകിയിടും. ഒരു ചോദ്യത്തിനും മറുപടി പറയില്ല. പിന്നെ ഞാനെന്റെ സിഗരറ്റു കൂടുമായി പുറത്തേക്കിറങ്ങും." – ഞാൻ പതിവായി പോകാറുള്ള ബസു വളവു തിരിഞ്ഞു വരുന്നുണ്ട്.

"ദാ ബസു വരുന്നു. മോൻ പോണില്ലേ?"

"അത് പോട്ടെ." മേജറെന്ന അച്ഛനെ, പച്ചയായ ഈ മനുഷ്യനെ എനിക്ക് ഒറ്റയ്ക്കാക്കാൻ തോന്നിയില്ല.

"ഞാൻ കാരണമാണ് അവൻ നാടുവിട്ടതെന്ന് അവൾ വിശ്വസിക്കുന്നു."

"സർ അത്ര കർക്കശക്കാരനായിരുന്നോ?"

"ഒരച്ഛൻ മകനോട് എത്രത്തോളം കാർക്കശ്യക്കാരനാകാം എന്നെനിക്കറിയില്ല. നിനക്കറിയാമോ അവനിലൂടെ ഞാനൊരു പരംവീരചക്രം സ്വപനം കണ്ടിരുന്നു. പക്ഷേ..." പെട്ടെന്ന് മേജർ കണ്ണു തുടച്ചുകൊണ്ട് പോകാൻ എഴുന്നേറ്റു.

"സ്വന്തം മകന്റെ മുഖച്ഛായപോലും എനിക്കിന്ന് ഓർത്തെടുക്കാൻ കഴിയുന്നില്ല. വലിയ മേജറാണു പോലും" – അയാൾ പെട്ടെന്ന് വെയിറ്റിങ് ഷെഡ്ഡിൽ നിന്നും നടന്നു നീങ്ങി.

ചിതയിലേക്കയാൾ പഞ്ചസാര വാരിയെറിഞ്ഞുകൊണ്ടിരുന്നു. ചാറ്റൽ മഴയുണ്ട്. സീൽക്കാരത്തോടെ ചിത ആളിക്കത്തി കരിയുന്ന മാംസത്തിന്റെ ഗന്ധം. കറുത്ത കട്ടപ്പുക.

"എങ്ങനെയാണ് മരിച്ചത്?"

"ഹാർട്ടറ്റാക്കായിരുന്നു."

"മോൻ വന്നോ?"

"ഇല്ല."

"പത്രത്തിൽ ഒരു പരസ്യം കൊടുത്ത്...."

"അതിന് മേജറുടെ ഭാര്യ സമ്മതിച്ചില്ല. എത്രയും വേഗം ദഹിപ്പിക്കണമെന്ന് അവർ നിർബന്ധം പിടിച്ചു."

"അപ്പോൾ കൊള്ളിവെച്ചത്?"

"പെങ്ങളുടെ മോൻ" – ഞാൻ അകത്തേക്കു പാളി നോക്കി. അവിടെ കുറേ സ്ത്രീകൾ. അതിലൊരാൾ നിസ്സംഗതയോടെ വിദൂരത്തേക്ക് കണ്ണും നട്ടിരിക്കുന്നു. അവരായിരിക്കാം...

മുറ്റത്തെ മറ്റൊരു മൂലയിൽ വർഗീസു ചേട്ടൻ നിന്നു കരയുന്നു.

"വർഗീസേ എന്റെ ചീട്ടെടുത്തെടാ നിനക്കിനിയും സമയമായില്ല." മേജറുടെ മീശ വിറപ്പിച്ചുള്ള ചിരി ഞാനവിടെ മുഴങ്ങി കേട്ടു.

രാമനുണ്ണി ട്രെയിനിങ്ങിലാണ്

എസ് എസ് എൽ സി പാസായവർ ഈ ജോലിക്ക് അർഹരല്ല! വായിച്ചവർ വായിച്ചവർ ചീത്തവിളിച്ചും കൂവിവിളിച്ചും പൊട്ടിച്ചിരിച്ചും അകത്തോട്ടും പുറത്തോട്ടും പൊയ്ക്കൊണ്ടിരുന്നു. സെയിൽസ്മാനെ ആവശ്യമുണ്ട് എന്ന പരസ്യ വാചകം കണ്ടാണ് രാമനുണ്ണിയും ഇവിടെ എത്തിയത്. ആരും കാണാതെ അവൻ ഒന്നുകൂടെ സർട്ടിഫിക്കറ്റെടുത്തു നോക്കി. "പാസ്ഡ്" എന്ന നീല മഷിയിലുള്ള മുദ്രയിൽ നോക്കി അവൻ അമർഷംകൊണ്ടു. തൊട്ടുതാഴെ കോഴിക്കോട് സർവകലാശാലയുടെ മുദ്ര യുമായി ഡിഗ്രി സർട്ടിഫിക്കറ്റ്. രണ്ടും ഒന്നുകൂടെ മടക്കി ബാഗിന്റെ ഉള്ള റകളിലൊന്നിൽ വെച്ചു അടുത്തു കണ്ട പാറക്കല്ലിൽ ഇരുന്നു. അന്ധത യുടെ കരിമ്പടത്തിനുള്ളിൽ കിടക്കുമ്പോഴും മകൻ ഒരു ഡിഗ്രിക്കാരനായി കാണാൻ അച്ഛൻ ആഗ്രഹിച്ചു. പാടത്ത് കളപറിച്ചും ഞാറു നട്ടും, കൊയ്തു മെതിച്ചും അമ്മയുടെ നടുവൊടിഞ്ഞു. ഇത്രയും സുന്ദരിയായ അമ്മ എങ്ങനെയാണ് കണ്ണില്ലാത്ത ഈ അച്ഛനെ ഇഷ്ടപ്പെട്ടത്? അമ്മ യോടു തന്നെ ചോദിക്കണമെന്ന് പലപ്പോഴും വിചാരിച്ചിട്ടുണ്ട്. പക്ഷേ ധൈര്യം ഉണ്ടായില്ല. അനിയത്തി ഉഷയുടെ കല്യാണം മാത്രമാണ് അമ്മ യുടെ ഏക മോഹം. കുട്ടികൾക്ക് കണ്ണും കാതും കൊടുത്തതിന് അമ്മ ഭഗവാനോട് എന്നും നന്ദി പറയുന്നത് രാമനുണ്ണി കേട്ടിട്ടുണ്ട്. ഇതൊ ക്കെയാണെങ്കിലും അച്ഛൻ ഒരത്ഭുതം തന്നെയാണ്. രാവിലെ കൃത്യം അഞ്ചുമണിക്ക് എഴുന്നേൽക്കും. പശുവിനെ കറക്കും. എട്ടു മണിക്ക് അവയെ കുളിപ്പിക്കും. പുല്ലുപറിച്ചു കൊടുക്കും. രണ്ടു കണ്ണും ഉള്ളവർ ചെയ്യുന്നതിനേക്കാൾ കൃത്യത!

"രാമനുണ്ണ്യേ നേരം ഏഴ് കഴിഞ്ഞെടാ. ഏണീറ്റ് സ്കൂളീ പോവാൻ നോക്ക്" - പ്രകൃതിയിലെ ഓരോ ചലനങ്ങളും അച്ഛനറിയാം. കണ്ണിന്റെ

കുറവ് മറ്റു ഇന്ദ്രിയങ്ങൾ നികത്തിക്കൊടുക്കുന്നു. അച്ഛനും സൂര്യനുമായി ഒരു പ്രത്യേക ഉടമ്പടി തന്നെയുണ്ടെന്നു തോന്നും. വെയിലിന് ചൂടു കൂടുന്നതിനനുസരിച്ച് അച്ഛൻ സൂര്യനുമായി സംസാരിക്കും. മഴക്കാറുള്ള ദിവസങ്ങളിൽ അച്ഛന് സങ്കടമാണ്.

"എടോ താനിവിടെ എന്താ കുത്തിരിക്കണേ?" – സെക്യൂരിറ്റിയുടെ ഓർമപ്പെടുത്തൽ. രാമനുണ്ണി മിഴിച്ചു നോക്കി നിന്നു.

"താൻ ഇന്റർവ്യൂവിന് വന്നതല്ലേ?"

"അതെ."

"എന്നാ വേഗം ചെല്ല്. ലോനപ്പേട്ടൻ ഇപ്പോ പോകും."– രാമനുണ്ണി ലോനപ്പേട്ടന്റെ മുന്നിൽ കിതച്ചുകൊണ്ട് നിന്നു.

"തന്റെ അപേക്ഷ എവിടെ?" – ലോനപ്പേട്ടൻ അപേക്ഷയിലൂടെ കണ്ണോടിച്ചുകൊണ്ടിരുന്നു.

"താൻ ചാഴൂർകാരനാണോ? മടത്തിപ്പറമ്പിലെ ആർടെ മോനാ?"

"കൃഷ്ണൻകുട്ടി നായരുടെ."

"ആ കണ്ണില്ലാത്ത കൃഷ്ണൻകുട്ട്യാണോ?" – രാമനുണ്ണി നിരാശയോടെ തലയാട്ടി. ഇയാൾ എല്ലാം കണ്ടുപിടിച്ചിരിക്കുന്നു.

"ടോ തന്റച്ഛനും ഞാനും ഒന്നിച്ച് പഠിച്ചിട്ട്ള്ളതാ. കൊറെ വർഷം മുൻപ്. പഠിക്യാന്ന് വെച്ചാ കൃഷ്ണൻകുട്ടി ക്ലാസു കേട്ടോണ്ടിരിക്കും. അതുമാത്രം മതി അവന്."

"സർ എനിക്കെന്തെങ്കിലും ഒരു ജോലി തരണം."

"തന്റെ കേസില് ഞാൻ നെയമം സ്വൽപ്പം മാറ്റാം. പത്താം ക്ലാസ്സ് പാസായോര് പണി പഠിച്ചു കഴിഞ്ഞാ മുങ്ങിക്കളയും. അതാ ഞാനങ്ങനെ ഒരു നോട്ടീസിട്ടത്."

"സാറ് എന്നെ..."

"വിശ്വസിക്കണംന്ന്. വിശ്വസിച്ചു. കൂടെ നിന്നാ ഈ ലോനപ്പൻ ആരേം കൈവിടില്ല. ഒരു കടേം ഇട്ടു തരും. എന്നാ തന്റെ പെട്ടീം പ്രമാണോക്കായിട്ട് നാളെ കാലത്ത് വരണം. ആറുമാസം ട്രെയിനിങ്ങാ, ട്രെയിനിങ് കാലത്ത് വീട്ടിൽ പോകാൻ സമ്മതിക്കില്ല. കഷ്ടപ്പെടേണ്ടിവരും."

തൃശ്ശൂർ മുൻസിപ്പൽ ബസ്സ്റ്റാന്റിന് ഒത്ത നടുവിലാണ് ശക്തൻ തമ്പുരാന്റെ പ്രതിമ. അവിടുന്ന് വലത്തോട്ട് പി.ഒ. റോഡ്, ഇടത്തോട്ട് എം ഒ റോഡ്, നേരെ പോകുന്നത് പട്ടാളം റോഡ്, ട്രെയിനികളെ കയറ്റിയ ക്വാളിസ് റോഡരികിൽ നിറുത്തി.

"നമസ്കാരം ലോനപ്പേട്ടാ" – കടകളിലുള്ളവരെല്ലാം കൈകൂപ്പുന്നു. വിവിധ വാഹനങ്ങളുടെ സ്പെയർ പാർട്ടുകൾ അടുക്കി വെച്ചിരിക്കുന്നു. കടകളുടെ പുറകിൽ നിന്നും എന്തോ വെട്ടിപ്പൊളിക്കുന്നതിന്റെ ശബ്ദം.

"ഇതാണ് പട്ടാളം റോഡ്. ഞാൻ പണി പഠിച്ച കളരി" എന്നിട്ട് എല്ലാവരേയും ഒന്നു നോക്കി.

"ഇവടത്തെ ആശാനാണ് ഈ ശങ്കരേട്ടൻ. ആശാൻ കൈവയ്ക്കാത്ത വണ്ടികളില്ല. കട്ടതും കവർന്നതുമായ വണ്ടികളിൽ മാത്രം ആശാൻ കൈവയ്ക്കില്ല."

ദേഹമാസകലം കരിഓയിലിൽ കുളിച്ചു നിൽക്കുന്ന ആശാനെ ലോനപ്പേട്ടൻ ചേർത്തു പിടിച്ചിരിക്കുന്നു.

"എന്റെ കൂടെവാ."

ശങ്കരേട്ടൻ എല്ലാവരേയും കടയുടെ പുറകിലേക്ക് വിളിച്ചു.

"ദാ കണ്ടോ ഇതാണ് ഞങ്ങടെ ലോകം. ഇന്ന് പൊളിക്കാൻ കിട്ടീരിക്കണത് ഇവനെയാണ്" – ഓടി പഴകിയ ചാരനിറമുള്ള ഒരു അമ്പാസിഡറിന്റെ ബോണറ്റിൽ ആശാൻ കയറിയിരുന്നു.

"നമ്മള് മനുഷ്യര് ചത്താ കുഴിച്ചിടേ, കത്തിച്ച് കളയേ ചെയ്യും. ന്നാ വണ്ടികള്ടെ കാര്യം അങ്ങനെയല്ല" – ട്രെയിനികൾ കാതോർത്തു നിന്നു.

"ഇവറ്റകളെ പിന്നെയും പൊളിച്ച് തുണ്ടാക്കി വിറ്റ് മനുഷ്യര് ജീവിക്കും" – രാമനുണ്ണി സഹതാപത്തോടെ കാറിന്റെ ഉള്ളിലേക്ക് എത്തി നോക്കി. സ്പീഡോ മീറ്ററിലെ അക്കങ്ങൾ വ്യക്തമാകുന്നില്ല. സ്റ്റിയറിംഗ് വീലിന് നല്ല തേയ്മാനം ഉണ്ട്. മുട്ടോളം ഇറക്കമുള്ള ട്രൗസറിട്ട പണിക്കാർ ചുറ്റികയും ഇരുമ്പുളിയുമായി വണ്ടിയെ സമീപിച്ചു. ട്രെയിനിങ്ങിന്റെ ഒന്നാം ഘട്ടം കഴിഞ്ഞു.

ഇത് ഗോവിന്ദാപുരത്തുള്ള ലോനപ്പേട്ടന്റെ തെങ്ങിൻതോപ്പ്. തെങ്ങു കയറ്റക്കാർ തുരുതുരാ കുലകൾ വെട്ടിയിട്ടു. ഓലകൾ സീൽക്കാരത്തോടെ വീണുകൊണ്ടിരുന്നു. കൊതുമ്പും കോഞ്ഞാട്ടയും വലിച്ചിട്ടു. തേങ്ങയും ഓലയും പെറുക്കി ട്രെയിനികൾ തളർന്നു. രാമനുണ്ണിക്ക് തലകറക്കം ഉണ്ടായി.

"എല്ലാവരും വന്ന് കരിക്ക് കുടിക്ക്"– രാമനുണ്ണിയുടെ ആർത്തികണ്ട് ലോനപ്പേട്ടൻ ഊറിച്ചിരിച്ചു. തേങ്ങ കയറ്റിയ ലോറികൾ തോപ്പിൽ നിന്നും ഞെരങ്ങി ഞെരങ്ങി റോഡിലെത്തി. ട്രെയിനിങ്ങിന്റെ രണ്ടാം ഘട്ടം അവസാനിച്ചു.

പറവട്ടാനിയിലുള്ള ലോനപ്പേട്ടന്റെ ഗോഡൗണാണിത്. മുറ്റത്തെ ചരക്കു ലോറികൾ ലുധിയാനയിൽ നിന്നും വന്നതാണ്. നിറയെ പെട്ടികളാണ്. ഇപ്പോൾ ട്രെയിനികളുടെ എണ്ണം മൂന്നിലൊന്നായി ചുരുങ്ങിയിട്ടുണ്ട്. ലോറിയുടെ മുകളിൽ കയറി മൂടി പുതപ്പിച്ചിരുന്ന ടാർപോളീൻ മടക്കി താഴേക്കിട്ടു. പെട്ടി ഒരെണ്ണം പൊക്കി നോക്കി. നല്ല കനം.

"താനത് ഒറ്റയ്ക്ക് പിടിക്കണ്ട. രണ്ടാളുകൂടി വേണം ഒരു പെട്ടി എറക്കാൻ" ചത്തപല്ലിയെ ചുമക്കുന്ന ഉറുമ്പിൻകൂടുപോലെ ലോറിയിലെ പെട്ടികളെല്ലാം ഗോഡൗണിലെത്തി. സ്പെയർ പാർട്ടുകളുടെ നീളവും വീതിയും കനവും ട്രെയിനികൾ നന്നായി അറിഞ്ഞു. ശരീരമാസകലം വേദന. കുളിയും ഭക്ഷണവും കമ്പനി വക ക്വാർട്ടേഴ്സിൽ. കിടന്ന പാടേ രാമനുണ്ണി ശാന്തനായി ഉറങ്ങി. ട്രെയിനിങ്ങിന്റെ മൂന്നാം ഘട്ടം അവസാനിച്ചു.

കൃഷ്ണൻകുട്ടി നായർ ആദ്യമായി മകൻ നൽകിയ നോട്ടുകെട്ടിൽ മുറുക്കി പിടിച്ചു. രാമനുണ്ണിയുടെ മുഖത്ത് വിരലോടിച്ചു. കൈവെള്ളയിലെ തഴമ്പിൽ തലോടി. കയ്യിന് നല്ല കരുത്ത്. അയാൾ കുനിഞ്ഞിരുന്ന് കണ്ണു തുടച്ചു.

"അച്ഛൻ കരയരുത്. ഐഡിയൽ ഓട്ടോമൊബൈൽസ് നല്ല കമ്പ നിയാണച്ഛാ."

"ഒക്കെ ഞാനറിഞ്ഞു. നിന്റെ കൂടെയുണ്ടായിരുന്ന ബൈജു ഇവിടെ വന്നിരുന്നു. അവിടത്തെ കഷ്ടപ്പാടെല്ലാം എന്നെ കേൾപ്പിച്ചു.

"അവന് ക്ഷമയില്ല. കഷ്ടപ്പെടാനുള്ള മനസുമില്ല. ലോനപ്പേട്ടൻ നല്ല വനാണ്. തൊഴിലിന്റെ മഹത്വമാണ് ഞാൻ അവിടെ നിന്നും പഠിച്ചത്" – കൃഷ്ണൻകുട്ടി നായർ മകനെക്കുറിച്ച് അഭിമാനിച്ചു.

ഉഷ ഓട്ടോമൊബൈൽസിന്റെ ഉൽഘാടനം ഇന്ന് രാവിലെ ഒൻപതു മണിക്കാണ്. റാക്കുകളിൽ പുതിയ സ്പെയർ പാർട്ടുകൾ. കൗണ്ടറിൽ പൊക്കമുള്ള സ്റ്റൂൾ ഇട്ടിട്ടുണ്ട്. അച്ഛൻ നേരത്തെ എത്തിയിട്ടുണ്ട്. രാമ നുണ്ണി ദൂരേക്ക് കണ്ണുനട്ട് കാത്തു നിന്നു. ദൂരെ നിന്നേ ആ സ്വിഫ്റ്റ് കാർ അവൻ കണ്ടു. ഡോർ തുറന്ന് സിസിലി ലോനപ്പൻ പുറത്തിറങ്ങി, നാട മുറിച്ചു. ആദ്യ വിൽപ്പന അച്ഛന്റെ വക. അമ്മയുടെ ചില്ലിട്ട പടത്തിനു തൊട്ടടുത്തു തന്നെ ലോനപ്പേട്ടന്റെ പടം വച്ചിട്ടുണ്ട്. സിസിലി രാമനു ണ്ണിക്ക് കൈകൊടുത്ത് തിരിച്ചു പോയി.

ഐഡിയൽ ഓട്ടോമൊബൈൽസിന്റെ കോർപ്പറേറ്റ് ഓഫീസിൽ സിസിലി ലോനപ്പൻ ഉദ്യോഗാർഥികളെ പ്രതീക്ഷിച്ചിരുന്നു. ഫയലിൽ ഇന്നത്തെ ഇന്റർവ്യൂ വിവരങ്ങൾ സെക്രട്ടറി ഭംഗിയായി എഴുതി വച്ചി ട്ടുണ്ട്.

തസ്തിക – ബിസിനസ്സ് എക്സിക്യൂട്ടീവ്

യോഗ്യത – ബി ടെക്, എം ബി എ

ശമ്പളം – പ്രതിമാസം നാൽപ്പതിനായിരം

ശീതീകരിച്ച മുറിയിൽ വലിയ കറക്കു കസേരയ്ക്കു പുറകിൽ തന്നെ ലോനപ്പേട്ടന്റെ ചിരിക്കുന്ന ഒരു ഛായാചിത്രം വെച്ചിട്ടുണ്ടായിരുന്നു.